INSIGHT PUBLICA

INSIGHT PUBLICA

Kozhikode, Kerala, India 673011
Tel:0495–4020666
www.insightpublica.com
e-mail: insightpublica@gmail.com

Aami

Fathima Abdul

(Ormakurippukal-Malayalam)
First Edition: October 2020

DTP: Khalid Poval, Jayanadam Masika
ISBN 978-93-90404-36-0

ആമി

ഓർമക്കുറിപ്പുകൾ

ഫാത്തിമ അബ്ദുൽ

INSIGHT PUBLICA®

കാസറഗോഡ് ജില്ലയിൽ മൊഗ്രാൽ ദേശത്ത് മൂക്രി തറവാ ട്ടിൽ അബ്ദുൽ റഹ്മാന്റെയും മൊഗ്രാൽ ആയിഷയുടെയും മകളായി 1968 നവംബർ 9-ന് ജനിച്ചു.

2000- ഒക്ടോബർ മുതൽ 2020-നവംബർ വരെ മഞ്ചേശ്വരം ബ്ലോക്ക് പഞ്ചായത്തിലും കുമ്പള ഗ്രാമപഞ്ചായത്തിലും ജനപ്രതി നിധിയും ഇപ്പോൾ കുമ്പള ഗ്രാമപഞ്ചായത്ത് സ്ഥിരംസമിതി അദ്ധ്യ ക്ഷയും ആണ്. ഭർത്താവ് അബ്ദുല്ലകുഞ്ഞി. മകൻ അൻഷിഫ്.

ഫാത്തിമ അബ്ദുൽ

സമർപ്പണം

മലയാളത്തിന്റെ പ്രിയ എഴുത്തുകാരി
കമലാ സുരയ്യയ്ക്ക്

മുഖവുര

കാലത്തിന്റെ പൽചക്രങ്ങൾക്കിടയിൽ മനുഷ്യ ജന്മത്തിന്റെ ദൈർഘ്യം നൈമിഷികമാണ്. ചരിത്രവും സംസ്കാരവും പൊളിച്ചെഴുത്തിന് വിധേയമാക്കപ്പെടുമ്പോൾ, മനുഷ്യ മനസ്സിന്റെ കാണാപ്പുറങ്ങൾ അവനവനിലേക്ക് തന്നെ ഉൾവലിയുന്നു. ആഖ്യായികകൾക്കും ആഖ്യാനത്തിനും ഇടയിൽ കിടന്ന് അക്ഷരങ്ങൾ വീർപ്പുമുട്ടുമ്പോൾ, പകർത്തി എഴുതപ്പെടുന്നവയ്ക്ക് കാലമോ സാക്ഷ്യമോ അലങ്കാരമാവുന്നില്ല. ഇന്നലെ കൊഴിഞ്ഞ് വീണ മാമ്പൂക്കളും കരിയിലകളും ഇന്നിന്റെ പച്ചപ്പുകൾക്ക് വെറും വളം മാത്രമാണ്. എന്നാൽ ഇതിനൊക്കെയും അപവാദമായി, അക്ഷരങ്ങളെക്കൊണ്ട് കാലത്തെയും ദേശത്തെയും സംസ്കാരത്തെത്തന്നെയും എന്നെന്നേക്കും അനശ്വരമാക്കാൻ ചിലർക്കെങ്കിലും ആയിട്ടുണ്ട്. വർണ്ണ വർഗ്ഗ ഭേദമില്ലാതെ മനുഷ്യമനസ്സിന്റെ അകത്തളങ്ങളിൽ ശാശ്വത ഇരിപ്പിടം കണ്ടെത്താൻ ചിലർക്ക് മാത്രമേ ആയിട്ടുള്ളൂ താനും.... അത്തരം ഒരു മഹാ ജന്മത്തിന്റെ അവസാനമില്ലാത്ത ഓർമ്മകളാകുന്ന മഹാസാഗരത്തിന് മുമ്പിൽ പകച്ചു നിൽക്കുമ്പോൾ, വഴിയും ദിക്കും സഞ്ചാരപഥവും മാറിയും മറിഞ്ഞും ആദിമധ്യാന്തങ്ങളുടെ വിവേചനമില്ലാതെ മിഴിച്ചു നിൽക്കുന്നു. സത്യവും മിഥ്യയും സന്തോഷവും സന്താപവും കാമവും ക്രോധവും പ്രണയവും വിരഹവും ഒക്കെ തൂലികയ്ക്ക് വിഷയമാക്കിയ ഒരാളെക്കുറിച്ച് പറയുമ്പോൾ പ്രണയമൂർച്ചയിൽ മോഹാലസ്യമുണ്ടാവുന്നു... ഈ അഭിനിവേശത്തിന്റെ ആലസ്യത്തിൽ, മനസ്സിന്റെ വിഭ്രാന്തിയിൽ കൂടി പതയുന്ന ഓർമ്മകളിലേക്കൊരു തീർത്ഥയാത്ര...

ഫാത്തിമ അബ്ദുൽ

ഉള്ളടക്കം

വടക്കിന്റെ 'സുരയ്യ' ഫാത്തിമ

റിസ്‌വാന മൊഗ്രാൽ പുത്തൂർ

പുലർക്കാലം പുൽക്കൊടികളിൽ പളുങ്കുമണികളായി കിടക്കാറുള്ള മഞ്ഞുകണങ്ങൾ, ബാലസൂര്യന്റെ നനുത്ത സ്പർശത്തെയാണ് പ്രതീക്ഷിക്കുന്നത്. നാമ്പുകൾ മുളച്ചു വരുന്ന ചെടികൾക്കിടയിൽ ആദി കിരണങ്ങൾ പ്രത്യക്ഷമാകുന്നതോടെ അവയുടെ മോഹങ്ങൾ പൂവണിയുന്നു. ഇത് പ്രകൃതി ചേതനകളുടെ ഗുവൽ സ്പർശങ്ങൾ.

ശിഷ്യപ്പെടാനുള്ള അവസരം നിഷേധിക്കപ്പെട്ടപ്പോൾ ഗുരുപാദങ്ങളിലെ മണ്ണെടുത്ത് ഗുരുസ്ഥാനത്തിരുത്തി ആയുധ വിദ്യ അഭ്യസിച്ച്, ഇഷ്ട ശിഷ്യനെ ഉന്നതനാക്കാൻ ഗുരു ആവശ്യപ്പെട്ടപ്പോൾ സ്വന്തം ചൂണ്ടുവിരൽ ഗുരുദക്ഷിണയായി നൽകിയ ഏകലവ്യൻ മഹാഭാരതത്തിന്റെ ദുഃഖമാണ്. നിർവ്വചിക്കാനാവാത്ത ഭക്തിയാണിവിടെ ദർശിക്കാനാവുന്നത്.

മനുഷ്യന് മനുഷ്യനോടുള്ള ബന്ധങ്ങൾക്ക്, അല്ലെങ്കിൽ വികാരങ്ങൾക്ക് സമൂഹം പല നിർവ്വചനങ്ങളും കൊടുത്തിട്ടുണ്ട്. എന്നാൽ കാണാമറയത്തിരിക്കുന്ന വ്യക്തിയുടെ കൃതികളും വികൃതികളും ഹൃദയത്തിൽ ആവാഹിച്ച് ഭക്തിയും ആരാധനയും കൂട്ടിക്കുഴച്ച് പ്രത്യേക മാനസികാവസ്ഥയുമായി വേഴാമ്പലിനെപ്പോലെ കാത്തിരുന്ന ഒരു പെൺ കുട്ടിയുടെ ഹൃദയ വികാരങ്ങളെ എന്തിനോട് ഉപമിക്കാം? അതും മറുവശത്ത് ഒരു സ്ത്രീ തന്നെയാവുമ്പോൾ...?

ഇതാണ് മൊഗ്രാൽകാരി ഫാത്തിമക്ക് മലയാളത്തിന്റെ പുണ്യം മാധവിക്കുട്ടി എന്ന കമലാസുരയ്യയോട് തോന്നിയ തരളിത പ്രണയം.

ആറാം വയസ്സു മുതൽ വായനയെ കൂട്ടുകാരിയാക്കിയ കുഞ്ഞു ഫാത്തിമയുടെ ചങ്ങാത്തം എന്നും അക്ഷരങ്ങളോടായിരുന്നു. പഴയ ഭൂപ്രഭു കുടുംബത്തിലെ അംഗമായത് കൊണ്ട് കൊയ്ത്തും മെതിയുമായി എന്നും വീട്ടു നിറയെ പരിവാരങ്ങൾ...

ആഢ്യത്വത്തിന്റെ ഉന്നതിയിൽ നിത്യേനയുള്ള സൽക്കാരങ്ങളും തിരക്കുകളും. ഇതിനിടയിൽ തന്റേതായ ലോകത്ത് എല്ലാം മറന്ന് വായനയിൽ ലയിച്ചിരിക്കുന്ന ഫാത്തിമ ചുറ്റും നടക്കുന്ന ആഘോഷങ്ങൾക്ക് തന്റേതായ നിറച്ചാർത്തുകൾ നൽകി സങ്കൽപ ലോകത്ത് വിഹരിച്ചു.

പതിമൂന്നാം വയസ്സിലായിരുന്നു വിവാഹം. കുട്ടിക്കഥകളിലെ പൂമ്പാറ്റകളെ സ്വപ്നം കണ്ടു നടന്ന പ്രായത്തിൽ ജന്മി കുടുംബത്തിന്റെ ധാരാളിത്തത്തിൽ ആഘോഷമായി നടന്ന കല്ല്യാണം കൊച്ചു ഫാത്തിമയ്ക്ക് ആദ്യം ഉൾക്കൊള്ളാനായില്ല. എന്നാൽ, ഭർത്താവ് കുടുംബത്തിലെ തന്നെ അംഗവും ചെറുപ്പം മുതൽ കാണുന്ന ആളുമാണ് എന്നതിനാൽ സ്വാഭാവികമായുണ്ടാവുന്ന പേടി എന്തുകൊണ്ടോ ഫാത്തിമയ്ക്കുണ്ടായില്ല.

സൗഹൃദയനായിരുന്നു ഭർത്താവ് അബ്ദുല്ലക്കുഞ്ഞി. ഫാത്തിമയിലെ വായനക്കാരിയെ ആദ്യമായി മനസ്സിലാക്കിയ വ്യക്തിയും. കപ്പൽ ജീവനക്കാരനായിരുന്ന ഇദ്ദേഹം ഫാത്തിമയുടെ വായനാ ആർത്തിക്ക് ആവശ്യം പോലെ വളമിട്ടു. ആവശ്യം പോലെ ആനുകാലിക പ്രസിദ്ധീകരണങ്ങൾ വാങ്ങാനും വായിക്കാനും അവസരങ്ങളുണ്ടാക്കി. ഭർത്താവ് കപ്പൽ ജോലിക്ക് പോയാൽ ഫാത്തിമ ഏകാകിനിയായി വീടിന്റെ അഞ്ചാം നമ്പർ മുറിയിൽ ഊഞ്ഞാലിലിരുന്ന് മാധവിക്കുട്ടിയുടെ പുസ്തകങ്ങൾ വായിക്കും. ഇതിനിടെയാണ് ഫാത്തിമ മാധവിക്കുട്ടിയുടെ 'എന്റെ കഥ' വായിക്കുന്നത്.

ശേഷം ഫാത്തിമ തന്നെ പറയട്ടെ..... 'ഇരുട്ടിൽ മഴ അലറിപ്പെയ്യുന്ന ഒരു കർക്കിടക രാത്രിയായിരുന്നു അത്. ഞാൻ എന്റെ തറവാട്ട് വീട്ടിലെ മാളികയിലിരുന്ന് തകർത്തു പെയ്യുന്ന മഴയുടെ താളം കേട്ടു കൊണ്ട് 'ആമി' യുടെ 'എന്റെ കഥ' എന്ന പുസ്തകം വായിച്ചത്. അതിന്റെ പുറംചട്ടയിലെ മാധവിക്കുട്ടിയുടെ പടം ഏറെ ഇഷ്ടപ്പെട്ടുകയും മാസങ്ങളോളം പഠനബുക്കിൽ സൂക്ഷിക്കുകയും ചെയ്തിരുന്നു. എത്ര ആവർ ത്തി ആ പടം ഞാൻ എടുത്തുനോക്കിയിട്ടുണ്ടെന്നറിയില്ല. അത് കണ്ടുകൊണ്ടിരിക്കുമ്പോൾ എന്റെ മനസ്സ് ഇളകി മറിയാൻ തുടങ്ങി. നേരം വെളുത്തത് ഞാനറിഞ്ഞില്ല. ഞാനപ്പോഴും വായനയിലായിരുന്നു. ഓരോ പേജും ഒന്നിൽ കൂടുതൽ തവണ വായിച്ചു.

അതിനു ശേഷമുള്ള എന്റെ ദിവസങ്ങളിൽ എന്റെ മനസ്സ് ആകെ പ്രക്ഷുഭ്ദമായിരുന്നു.'

അതിൽ പിന്നെ മാധവിക്കുട്ടിയുടെ പുസ്തകങ്ങൾ തേടിപ്പിടിച്ച് വായിക്കുക എന്നത് ഫാത്തിമയ്ക്ക് ഹരമായിരുന്നു. അവരുടെ പുസ്തകങ്ങൾ മാത്രമല്ല അവരെക്കുറിച്ച് എഴുതപ്പെട്ടിട്ടുള്ള പഠനങ്ങളും ഭ്രാന്തമായ ആവേശത്തോടെ അവർ വായിച്ചു. മലയാളത്തിലെ ഒട്ടു പ്രമുഖരുടെയും പുസ്തകങ്ങൾ വായിച്ചു പോകുമ്പോഴും മാധവിക്കുട്ടിയായിരുന്നു മനസ്സ് നിറയെ.

മറ്റെഴുത്തുകാരുടെ പുസ്തകങ്ങൾ വായിക്കുന്നതിൽ നിന്നും വ്യത്യസ്ഥമായ ഒരനുഭവമായിരുന്നു ആമിയുടെ പുസ്തകങ്ങൾ വായിക്കുമ്പോൾ ഉണ്ടായിരുന്നതെന്ന് ഫാത്തിമ സാക്ഷ്യപ്പെടുത്തുന്നു. 'അവരുടെ കഥാപാത്രങ്ങൾ എന്റെ രാത്രി സ്വപ്നങ്ങളിൽ എന്നെ വേട്ടയാടി. മനുഷ്യ ഹൃദയത്തിന്റെ ആഴങ്ങളിലെ ഇരുണ്ട പ്രപഞ്ചം ആമിയുടെ എഴുത്തിൽ ഞാൻ കണ്ടു. മനുഷ്യഹൃദയത്തിന്റെ വ്യഥകൾ, സംഘർഷങ്ങൾ, മുറിവുകൾ, നിശ്ശബ്ദമായ വിലാപങ്ങൾ, ഹൃദയത്തിലെ കൊടുങ്കാറ്റുകൾ അതൊക്കെ എന്നെ അത്ഭുതപ്പെടുത്തി.'

പിന്നീട് ജീവിതത്തിലും സ്വപ്നത്തിലും സങ്കൽപ്പത്തിലും എന്തിന് ജീവവായുവിൽ പോലും ഫാത്തിമ മാധവിക്കുട്ടിയാവുകയായിരുന്നു. അവരായി സ്വയം മാറുന്നതായി തനിക്ക് തോന്നി എന്ന് ഫാത്തിമ പറയുന്നു.

അങ്ങനെയാണ് അവർക്ക് എഴുത്തുകൾ അയക്കാൻ തുടങ്ങിയത്. അതിനെപ്പറ്റി ഫാത്തിമ:

'ഹൃദയത്തിനുമേൽ ദൈവത്തിന്റെ കയ്യൊപ്പുള്ള ആളെന്ന് അവരെക്കുറിച്ച് എനിക്ക് സങ്കൽപ്പിക്കാൻ കഴിഞ്ഞ നിമിഷത്തിൽ ഏതോ ഒരു പ്രകാശം കൊണ്ട് എന്റെ അകം നിറയുന്നത് പോലെ എനിക്ക് തോന്നി. അപ്പോൾ അർദ്ധരാത്രിയായിരുന്നു. മയക്കത്തിൽ നിന്നും ഞെട്ടിയുണർന്ന് ഇരുട്ടിൽ എഴുന്നേറ്റ് ചെന്ന് അവർക്കുള്ള ആദ്യ എഴുത്ത് എഴുതിയപ്പോൾ എനിക്ക് തോന്നിയ സന്തോഷത്തിന് അതിരില്ലായിരുന്നു. ആ നിമിഷങ്ങളിൽ ഹൃദയം അതുവരെ അനുഭവിക്കാത്ത ഒരു പ്രകാശത്തിൽ പൂർണ്ണമായത് പോലെ....' എന്നാൽ തുടർച്ചയായി എഴുത്തുകൾ അയച്ചെങ്കിലും ഒന്നിനും മറുപടി വന്നില്ല. പക്ഷേ ഫാത്തിമ തകർന്നില്ല, തളർന്നില്ല, അവരോടുള്ള ഇഷ്ടം കൂടി, എഴുത്തിന്റെ എണ്ണവും സ്പീഡും കൂട്ടി.

മനുഷ്യ ജീവിതത്തിന്റെ പ്രയാണങ്ങൾ ഏത്

വഴിക്കൊക്കെയാണെന്ന് ആർക്കും ഇതുവരെ മുൻകൂട്ടി പ്രവചിക്കാൻ സാധ്യമായിട്ടില്ലല്ലോ. അങ്ങനെ ഒരു ഘട്ടം ഫാത്തിമയുടെ ജീവിതത്തിലും കാലചക്രം കൊണ്ടുവന്നു. സങ്കൽപ്പ ലോകത്ത് നിന്നും സാമൂഹ്യ സേവനത്തിന്റെ മഹത്തായ മേഖലയിലേക്ക്...

രാഷ്ട്രീയക്കാരി അല്ലാതിരുന്നിട്ടും മൂന്ന് തവണ ത്രിതല പഞ്ചായത്തിന്റെ രണ്ട് തലങ്ങളിലും ഇവർ വിജയക്കൊടി പാറിച്ചു. മഞ്ചേശ്വരം ബ്ലോക്ക് പഞ്ചായത്തിലെ കുമ്പള ഡിവിഷനിലും കുമ്പള ഗ്രാമപഞ്ചായത്തിലെ ഉളുവാർ, പിന്നീട് കോയിപ്പാടി വാർഡിലും സേവനം എന്ന മന്ത്രത്തിലൂടെ ജനഹൃദയങ്ങളിൽ ചേക്കേറി ഇവർ വെന്നിക്കൊടി പാറിച്ചത് എതിർവശത്തുള്ളവരെപ്പോലെ സ്വന്തം അനുഭാവികളെപ്പോലും അമ്പരപ്പിച്ചുകൊണ്ടായിരുന്നു.

രാഷ്ട്രീയ ജീവിതത്തിന്റെ തിരക്കിലും ആമിക്കുള്ള കത്തെഴുത്തിന് കുറവ് വന്നില്ല. അങ്ങനെ 2001-ൽ അടുത്ത സുഹൃത്തായ അദ്ധ്യാപികയോടൊപ്പം മാധവിക്കുട്ടിയെ (അന്ന് കമലാസുരയ്യ) നേരിൽ കാണാൻ രണ്ടും കൽപ്പിച്ചിറങ്ങി. നേരിൽ കണ്ട നിമിഷത്തെ അവർ ഇങ്ങനെ ഓർക്കുന്നു:

"മനുഷ്യനും വിധിയും തമ്മിൽ, മനുഷ്യനും അനന്തതയും തമ്മിൽ, യാഥാർത്ഥ്യവും സങ്കൽപ്പവും തമ്മിൽ, മനുഷ്യനും ദൈവവും തമ്മിൽ, നേർക്കുനേർ നിൽക്കുന്ന ദിവ്യമായ നിമിഷങ്ങൾ... ഞാൻ എന്നെ നുള്ളി നോക്കി. എന്റെ ആമിയോടൊപ്പം ഇരിക്കുന്നത് സ്വപ്നത്തിലല്ല എന്ന് ഉറപ്പ് വരുത്താൻ..."

താൻ ഒരുപാട് എഴുത്തെഴുതിയ കാര്യം പറഞ്ഞു. "കത്തുകൾ എല്ലാം കിട്ടിയിരുന്നു മോളെ, വായിക്കുകയും ചെയ്തിരുന്നു... മറുപടി എഴുതൽ വിരളമായത്കൊണ്ടാ എഴുതാതിരുന്നത്.." അവർ പറഞ്ഞു. അവർ തന്റെ കത്തിലെ വാചകങ്ങൾ ഉരുവിട്ടപ്പോൾ അത്ഭുത ലോകത്താണോ എന്നു തോന്നിയെന്നു ഫാത്തിമ.

ഡിജിറ്റൽ ഫോണുകളുടെ കാലം അല്ലാതിരുന്നത് കൊണ്ട് അവരുടെ കൂടെയിരുന്ന് ഒരു ഫോട്ടോ എടുക്കാൻ പറ്റാത്തതിൽ വിഷമം ഇന്നും കൊണ്ടു നടക്കുകയാണ് ഫാത്തിമ.

2003-ൽ ആഗോള വനിത ദിനമായി മാർച്ച് 8-ന് കുമ്പള ഗ്രാമപഞ്ചായത്ത് കേന്ദ്രീകരിച്ച് മൊഗ്രാൽ ആസ്ഥാനമാക്കി, 'സുരയ്യ മഹിള സമാജം' എന്ന സാമൂഹ്യ സേവന സംഘടനയ്ക്ക് ഫാത്തിമ രൂപം നൽകി.

ദുരിതമനുഭവിക്കുന്ന ഒരുപാട് പേർക്ക് ഈ പ്രസ്ഥാനത്തിലൂടെ

സാന്ത്വനമരുളി. സംഘടനയുടെ രണ്ടാം വാർഷികം പ്രമാണിച്ച് 2005-ൽ സംഘടിപ്പിച്ച രണ്ടാംവാർഷിക ആഘോഷങ്ങളിൽ പ്രശസ്ത നോവലിസ്റ്റ് സാറാ അബൂബക്കർ തുടങ്ങി പ്രമുഖ വ്യക്തിത്വങ്ങൾ പങ്കെടുത്തു. ഈ പരിപാടികളുടെ സംഘാടനവും സാമ്പത്തികവും ഫാത്തിമ എന്ന ഒറ്റ വ്യക്തിയുടേതായിരുന്നു. പരിപാടിയിലേക്ക് കമലാസുരയ്യയെ പങ്കെടുപ്പിക്കാൻ ശ്രമിച്ചെങ്കിലും ശാരീരിക പ്രയാസം മൂലം അവർ അഭിനന്ദനവും വരാൻ പറ്റാത്തതിലുള്ള വ്യസനവും അറിയിക്കുകയായിരുന്നു. 2011-ൽ വ്യത്യസ്ത മേഖലയിലുള്ള അഞ്ച് വനിതകൾക്ക് അവാർഡ് നൽകിക്കൊണ്ട് സുരയ്യ മഹിളാസമാജം വിപുലമായ പരിപാടി നടത്തി.

ജനപ്രതിനിധി എന്ന നിലയിലുള്ള ശമ്പളം ഇന്നുവരെ ഫാത്തിമ സ്വകാര്യാവശ്യങ്ങൾക്ക് എടുക്കാറില്ല. അതു മുഴുവൻ പാവങ്ങൾക്ക് വേണ്ടി ചിലവഴിച്ചു. കൂടാതെ സാമൂഹ്യ പ്രവർത്തനം കൊണ്ടുണ്ടായ കടബാധ്യതകൾ വസ്തു വിറ്റാണ് പരിഹരിച്ചത്. സാമ്പത്തിക ഞെരുക്കങ്ങൾക്കിടയിലും ഫാത്തിമയിലെ സാമൂഹ്യപ്രവർത്തക അശരരുടെ ഉന്നതിക്ക് വേണ്ടി അഹോരാത്രം പരിശ്രമിക്കുന്നു.

പുസ്തകങ്ങളോടുള്ള ആസക്തി ഏതു തിരക്കിലും കൊണ്ട് നടക്കുന്ന ഫാത്തിമ വായന തന്റെ സഹചാരിയാക്കുന്നതിൽ തനിക്ക് താൻ മാത്രമാണ് പ്രചോദനം എന്ന് വിശ്വസിക്കുന്നു. തീർത്തും യാഥാസ്ഥികനായിരുന്ന തന്റെ പിതാവ് പെൺ വിദ്യാഭ്യാസത്തെ പോലും എതിർത്തിരുന്ന ആളായിരുന്നു.

സുരയ്യയോടുള്ള സ്നേഹം ഇപ്പോഴും തന്റെ പ്രവർത്തനങ്ങൾക്ക് പ്രചോദനമായി ഫാത്തിമ കാണുന്നു. ഇപ്പോൾ "സുരയ്യ വിമൺസ് ഫോറം" എന്ന സംഘടനയെ ഒരു ജില്ലാ തലത്തിലുള്ള സംഘടനയാക്കി മാറ്റാനുള്ള പരിശ്രമത്തിലാണ് ഇവർ.

രാഷ്ട്രീയ രംഗത്ത് ഇനിയും തുടരുമോ എന്ന ചോദ്യത്തിന്, അപ്രത്യക്ഷിതമായി എത്തപ്പെട്ടതാണെങ്കിലും പാവങ്ങളെ സഹായിക്കാൻ ഏതു ത്യാഗത്തിനും താൻ തയ്യാറാ ണ് എന്നായിരുന്നു ചിരിയോടെയുള്ള മറുപടി.

കാസർകോട് മൊഗ്രാലിൽ താമസിക്കുന്ന ഫാത്തിമയുടെ ഭർത്താവ് അബ്ദുല്ലക്കുഞ്ഞി, ഇപ്പോൾ നാട്ടിൽ തന്നെയാണ്. ഏകമകൻ അൻസീഫ് ബ്രൂണയിൽ എംബിഎകാരനാണ്.

'മുറ്റത്തെ മുല്ലയ്ക്ക് മണമില്ല' എന്ന ചൊല്ല് ഫാത്തിമയുടെ കാര്യത്തിൽ അക്ഷരാർത്ഥത്തിൽ ശരിയാണ്. ആനുകാലികങ്ങളിലും

സായാഹ്ന പത്രങ്ങളിലും നിരവധി ലേഖനങ്ങൾ എഴുതിയിട്ടുള്ള ഫാത്തിമയെ കാസർകോടൻ അക്ഷരസമൂഹം എന്തുകൊണ്ടോ അവഗണിക്കുകയായിരുന്നു. വിഖ്യാത എഴുത്തുകാരിയെ മനസ്സിലേറ്റി അക്ഷരങ്ങളെ താലോലിച്ച് സേവനം ജീവിത ചര്യയാക്കിയ ഫാത്തിമയെ അറിയാൻ, വളർത്താൻ ഓരോ അക്ഷര സ്നേഹിക്കും സമൂഹ സ്നേഹിക്കും ഉത്തരവാദിത്ത്വമുണ്ട് എന്നത് നിസ്തർക്കമാണ്.

ഫാത്തിമയുടെ സ്വന്തം ആമി

റഹ്മാൻ തായലങ്ങാടി

പൂക്കളെയും പൂമ്പാറ്റകളെയും താലോലിച്ച് നടക്കുകയും അവയുടെ വർണ്ണങ്ങളിൽ സ്വപ്നങ്ങൾ നെയ്തെടുക്കുകയും ചെയ്യേണ്ട ഒരു കാലത്ത് സർഗ്ഗാത്മകമായ പരിസരമൊന്നുമില്ലാത്തൊരു പെൺകുട്ടി തീക്ഷ്ണ ജീവിത സമസ്യകളെ അനാവരണം ചെയ്തൊരു കഥാകാരിയെ വേറിട്ട് ഇഷ്ടപ്പെടുക; ആ ഇഷ്ടം വളർന്ന് അതൊരു ഭ്രാന്തമായ അഭിനിവേശമായി മാറുക; ഇതൊരു അപൂർവ്വമായ അതിശയമാണ്.

മാധവിക്കുട്ടിയുടെ കഥാലോകം എന്നും വിഭ്രമിപ്പിക്കുന്നതായിരുന്നു. പരമ്പരാഗതമായി കഥ പറയുന്ന രീതിയിൽ നിന്ന് അവർ വഴി മാറി നടന്നു. മനസ്സിൽ കെടാതെ കിടക്കുന്ന കനലുകളെ ഊതിക്കത്തിക്കുകയും, ചിലപ്പോൾ നഷ്ടബാല്യ സ്വപ്നങ്ങളെ മോഹിപ്പിക്കുന്നൊരു യാഥാർത്ഥ്യം പോലെ തോന്നിപ്പിക്കുന്നതുമായിരുന്നു അവരുടെ കഥകളധികവും. മറ്റു ചിലപ്പോൾ അവർ കഥ തുടങ്ങുന്നുവെന്ന് തോന്നുന്നിടത്ത് വെച്ച് കഥ അവസാനിപ്പിച്ചു. പ്രണയത്തിന്റെ ആരും കാണാത്ത ഭാവങ്ങളെ നഗ്നലാസ്യ ലാവണ്യങ്ങളോടെ വരച്ചു വെച്ചപ്പോൾ പാരമ്പര്യവാദികളായ നിരൂപകർ പകച്ചു നിന്നു. അതിനെ പ്രബുദ്ധമായ അഹന്ത എന്നു വിളിക്കാനും ചിലർ മറന്നില്ല. എന്നാൽ ആ കഥാകാരിയുടെ നിഷ്കളങ്കമായ മനസ്സിലേക്കൊന്ന്

ഇറങ്ങിച്ചെല്ലാൻ അധികമാരും ശ്രമിച്ചില്ല. എല്ലാം കണ്ടും കേട്ടും മാധവിക്കുട്ടി ചിലപ്പോൾ ചിരിച്ചു. ചിലപ്പോൾ വിതുമ്പി. എന്താ ആർക്കും എന്നെ മനസ്സിലാവാത്തത് എന്നതായിരുന്നു ആ കഥാകാരിയുടെ ഏറ്റവും വലിയ നൊമ്പരം.

മാധവിക്കുട്ടി എന്ന കഥാകാരി കഥയിൽ കൂടി അവരോട് തന്നെയാണ് സംസാരിച്ചത്. ഭാഷയുടെ പരിമിതിയെക്കുറിച്ചവർ പലപ്പോഴും വേവലാതി പൂണ്ടു. എന്നിട്ടും ആ ഭാഷക്ക് വല്ലാത്തൊരു പ്രണയം തോന്നിപ്പിക്കുന്ന ആർദ്രതയുണ്ടായി. നാട്ടുവഴികളിൽ കൂടി നടന്നു പോകുമ്പോൾ അവർ മറ്റാരും കാണാത്ത കാഴ്ചകൾ കണ്ടു. നഗരപ്രാന്തങ്ങളിൽ അവർ ജ്ഞാന വെളിച്ചം തേടിയലയുന്ന സൂഫിയായി. സ്വപ്ന വ്യാഖ്യാനങ്ങളോട് ചേർന്ന് നിൽക്കുന്നതായിരുന്നു മാധവിക്കുട്ടിയുടെ മിക്ക കഥകളും. ഗ്രാമ്യ സൗന്ദര്യത്തിന്റെ ജൈവസത്ത ഹൃദയതാളത്തിൽ അലിയിച്ച മാധവിക്കുട്ടി ഇംഗ്ലീഷ് കവിതകൾ എഴുതിയപ്പോൾ കമലാദാസായി. കൽക്കത്തയിലെ വേനൽക്കാലം പുതിയ ഭാവുകത്വം സമ്മാനിച്ചപ്പോൾ വായനക്കാർ യഥാർത്ഥത്തിൽ ഇവർ ആരാണെന്നും ഇവരുടെ മനസ്സ് സഞ്ചരിക്കുന്നത് ഏത് ലോകത്ത് കൂടിയാണെന്നും അത്ഭുതപ്പെട്ടു. മാധവിക്കുട്ടി കമലാ സുരയ്യയായി മാറിയപ്പോൾ ആത്മസാക്ഷാത്കാരത്തിന്റെ പുതിയ ഭാഷ എടുത്തണിയുന്നത് കണ്ട് സർഗ്ഗാത്മക പരിസരം അന്തം വിട്ടു നിന്നു. അപ്പോഴും പ്രിയപ്പെട്ടവർക്ക് അവർ സ്നേഹ സ്വരൂപിണിയായ ആമിയായിരുന്നു. ആമി മാത്രമായിരുന്നു.

ആമിയുടെ മുന്നിൽ എല്ലാം മറന്നിരുന്ന് ആർദ്രമായ സ്നേഹം കിനിയുന്ന കൊഞ്ചുന്ന ആ വർത്താനം കേട്ടിരുന്നപ്പോൾ എനിക്ക് തോന്നിയിട്ടുണ്ട് മാധവിക്കുട്ടിയുടെ എഴുത്തിനേക്കാൾ മനോഹരമാണ് ഒരു തൂവൽ സ്പർശം പോലെ മനസ്സിനെ തലോടി കടന്നു പോകുന്ന വള്ളുവനാടൻ ശൈലിയിലുള്ള ആ വർത്തമാനമെന്ന്.

ഫാത്തിമ അബ്ദുൽയെ അറിയുന്ന കാലം മുതൽ കമലാ സുരയ്യ എന്ന കഥാകാരിയോടും വ്യക്തിയോടും അവർക്കുള്ള അദമ്യമായൊരു പ്രണയം എന്നെ അത്ഭുതപ്പെടുത്തിയിട്ടുണ്ട്. ഫാത്തിമയുടെ ബുക് ഷെൽഫ് മാധവിക്കുട്ടിയുടെയും അവരെക്കുറിച്ചെഴുതിയ പുസ്തകങ്ങളുടെയും കലവറയായിരുന്നു. ചെറുപ്പത്തിൽ തന്നെ ഫാത്തിമ മാധവിക്കുട്ടിക്ക് കത്തുകൾ അയച്ചു തുടങ്ങി. മറുപടി കിട്ടാതിരുന്നപ്പോഴും വീണ്ടും വീണ്ടും എഴുതി. പിന്നെ ഒന്നു കാണണമെന്നും ഒന്നു തൊടണമെന്നുമായി. കണ്ടപ്പോൾ, ആ തലോടലേറ്റുവാങ്ങിയപ്പോൾ എന്തൊക്കെയോ നേടിയെടുത്തൊരു ആത്മ സംതൃപ്തി. ആ അനുഭൂതിയെ മനസ്സിന്റെ ചെപ്പിലൊളിപ്പിച്ചു വെക്കാൻ എത്ര

കാലം കഴിയും? ഒരു സ്പർശം കൊണ്ടു തന്നെ പൂത്തുലഞ്ഞു പോയ പൂമരത്തിന്റെ സായൂജ്യമാണ് ഈ പുസ്തകമെന്ന് ഞാൻ കരുതുന്നു.

ഫാത്തിമ അബ്ദുൽ ഒരു മുഖ്യധാര എഴുത്തുകാരിയല്ല. എന്നാൽ അക്ഷരങ്ങളെ സ്നേഹിക്കുന്നവരെ കിട്ടിയാൽ അവർ നിർത്താതെ സ്വന്തം ആമിയെക്കുറിച്ച് പറഞ്ഞുകൊണ്ടേയിരിക്കും. കഥകളെക്കുറിച്ച് മാത്രമല്ല; ആമിയുടെ ജീവിതത്തെക്കുറിച്ച്, അവരുടെ വാക്കുകളുടെ സുഗന്ധത്തെക്കുറിച്ച്, ശാലീനമായ ആ ശരീര ഭാഷയെക്കുറിച്ച്, ഫാത്തിമ എഴുത്തുകാരിയല്ല എന്ന പ്രസ്താവത്തെ കീഴ്മേൽ മറിക്കുന്ന ഒരു പുസ്തകമാണ് ഇത്. ഭാഷ ഉണ്ടാകുന്നത് അക്ഷരങ്ങൾ ചേർത്ത് വെക്കുമ്പോൾ അല്ലെന്നും അത് ഹൃദയത്തിൽ നിന്നാണ് ഒഴുകിയെത്തുന്നതെന്നും ഈ പുസ്തകം സാക്ഷ്യപ്പെടുത്തുന്നു. ശിഥിലമായ ഓർമ്മച്ചിന്തുകളെ ചേർത്തു വെക്കുമ്പോൾ ഉരുത്തിരിഞ്ഞുണ്ടാകുന്ന ഒരു കൊളാഷിന്റെ രൂപ ഭംഗി 'ആമി' എന്ന പുസ്തകത്തിനുണ്ട്. ചിലപ്പോൾ ധൂർത്തമായ വാചാലത, ചിലപ്പോൾ നൊമ്പരം അനുഭവിപ്പിക്കുന്ന വാക്കുകളുടെ പിശുക്ക്. ഇത് രണ്ടും ചേർന്നതാണ് ഫാത്തിമ അബ്ദുൽയുടെ 'ആമി' എന്ന ഈ കൃതി. ഇതിൽ ആത്മസാക്ഷാത്കാരത്തിന്റെ പുതിയൊരു ഭാഷയുണ്ട്. കഥയിലും ജീവിതത്തിലും ഓർമ്മകളിലും തെന്നിത്തെന്നിപ്പോകുന്ന ഒരു ഭാഷ.

വാർപ്പു മാതൃകകളിൽ നിന്നും വരച്ചുവെച്ച ചതുരക്കളങ്ങളിൽ നിന്നും മാറി നിൽക്കുന്നതാണ് ഒരു കൃതിയുടെ മൗലികമായ മേന്മയെങ്കിൽ തീർച്ചയായും ഇതൊരു സാമ്പ്രദായിക വഴക്കങ്ങളെ കീറിമുറിക്കുന്ന കൃതിയാണ്. ഇത് വായനക്കാരുടെ മുന്നിൽ തുറന്നു തരുന്നതിൽ എനിക്ക് അനൽപ്പമായ ആഹ്ലാദമുണ്ട്.

പ്രിയപ്പെട്ട കഥാകാരിക്ക് വേണ്ടി...

സങ്കൽപ്പത്തിനും യാഥാർത്ഥ്യത്തിനും ഇടയിലുള്ള നേരിയ വരമ്പിലൂടെയുള്ള പ്രയാണമാണ് ജീവിതം. ആഗ്രഹങ്ങൾ ജീവിതത്തെ മുന്നോട്ട് നയിക്കുമ്പോഴും, ഓർത്താൽ അർത്ഥം കണ്ടെത്താനാവാത്ത നിരർത്ഥക പ്രയാണത്തിൽ പിന്നോട്ട് വലിക്കുന്നു. ഇന്നിന്റെ ചോദനകൾക്ക് വശംവദരാകുമ്പോഴും, നാളെ ഒരു സ്വപ്നം മാത്രമാണെന്നുള്ള കാര്യം ആരും ഓർക്കാറില്ല എന്നതാണ് യാഥാർത്ഥ്യം.

മനസ്സിനെ മാന്ത്രികക്കുതിരയോട് ഉപമിച്ച കവി മഹാനാണ്. ഇന്നിന്റെ യഥാർത്ഥ്യത്തിൽ ഉണർന്നിരിക്കുമ്പോഴും മാന്ത്രികക്കുതിര കുതിച്ച് പായുകയാണ്; ഓർമ്മകളുടെ നങ്ങ്യാർ വട്ടങ്ങളിലേക്ക്...

അന്തർദേശിയ വനിതാ ദിനത്തിൽ നിർബന്ധമായും ഓർത്തിരിക്കേണ്ട എത്ര മഹിളാ രത്നങ്ങളുണ്ട് നമ്മുടെ മലയാളത്തിന്...? എത്രയൊക്കെ ഉണ്ടെന്നിരിക്കിലും അതിൽ പ്രഥമഗണനീയ സ്നേഹത്തിന് ഭാഷയും ദേശവും ഇല്ലാതെ ലോകത്തെവിടെയും കൈമാറ്റം ചെയ്യാനാവുമെന്ന് മലയാളിയെ, അല്ല, ലോകത്തെ തന്നെ പഠിപ്പിച്ച വിശ്വകഥാകാരി കമലാ സുരയ്യ തന്നെ....

പ്രിയപ്പെട്ട എഴുത്തുകാരി, താങ്കളുടെ അഭാവത്തിൽ കേരളത്തിന് ഏകാന്തതയാണ്. താങ്കൾ ഡയറിക്കുറിപ്പുകളിൽ പറഞ്ഞത് പോലെ ഏകാന്തത രത്നങ്ങളുടെ കുമ്പാരമാണ്. നിക്ഷേപങ്ങളുടെ കലവറയാണ്. നോവിപ്പിക്കുന്ന സമ്പത്താണ്. നീല നിറമുള്ളതും ശംഖ്നാദമുയർത്തുന്നതുമായ, ആമിയുടെ വേർപാടിന്റ ആഴമകറ്റാൻ താങ്കൾ ബാക്കി വച്ചുപോയ പൂർവ്വ സ്മൃതികളും ചിന്തകളും അറിവും കഥയും കവിതയും നിറയുന്ന വൈവിധ്യമാർന്ന നിരവധി കൃതികൾ

ഞാൻ എന്റെ പുസ്തക സമ്പത്തിൽ സൂക്ഷിക്കുന്നു. ഈ പുസ്തകങ്ങളുമായി ഞാൻ നിത്യ സമ്പർക്കത്തിലാണ്. പക്ഷേ ഈ വായന മാത്രം എന്നെപ്പോലെ താങ്കളെ നെഞ്ചിലേറ്റിയ വായനക്കാർക്ക് മതിയാവുമോ...?

പി. രാധാകൃഷ്ണൻ വിശേഷിപ്പിച്ചത് പോലെ സ്ത്രീത്വത്തിന്റെ പിടി തരാത്ത നിഗൂഢ വിസ്മയം ഏതൊക്കെയോ മുഖങ്ങൾ മാധവിക്കുട്ടിയുടെ രചനകളിൽ ഉടക്കിക്കിടക്കുന്നു... ആമുഖങ്ങളിൽ ശാലീനതയും ആർദ്രതയും വിഷാദവും മിന്നിമറയുന്നു... ആധുനിക കാലത്ത് സ്ത്രീ പുരുഷ ബന്ധത്തിന് വന്നു ചേർന്നിട്ടുള്ള സങ്കീർണ്ണങ്ങളുടെ വ്യാഖ്യാനങ്ങളാണ് അവരുടെ കഥകളും കവിതകളും. ശരീരത്തിന്റെ തൃഷ്ണകളെ പാവനമായി കണക്കാക്കാൻ നമ്മെ പഠിപ്പിച്ച ഈ എഴുത്തുകാരി സദാചാരക്രമം മാറ്റി വേറൊന്ന് കൊണ്ട് വരാനല്ല ആഗ്രഹിക്കുന്നത്. ധാർമ്മികമായ എല്ലാ വിലക്കുകൾക്കുമപ്പുറത്തുള്ള ആനന്ദ സാക്ഷാത്കാരത്തിന് വേണ്ടിയാണ് അവർ നിലകൊള്ളുന്നത്...

അഴിക്കോട് മാഷിന്റെ യാത്രാമംഗളം നോക്കുക: നമുക്കിടയിൽ ലക്ഷ്മി ദേവിയുടെ പര്യായമായ പേര് ഉപയോഗിച്ചു വരുന്ന ഒരു എഴുത്തുകാരിയുണ്ട്; അവർ പിറന്നപ്പോൾ വീട്ടിൽ നിന്ന് കിട്ടിയ പേര് കമല വിവാഹം കഴിച്ച് കമലാദാസ് ആയി. മതം മാറിയപ്പോൾ കമലാ സുരയ്യയായി... പക്ഷേ മലയാളത്തിൽ എഴുത്ത് തുടങ്ങിയപ്പോൾ മാധവിക്കുട്ടിയായി മലയാളികളുടെ മുന്നിൽ വന്നുനിന്നു...

ഈ പേരിനെ നമ്മുടെ ഉള്ളിൽ നിന്നും പറിച്ച് കളയാൻ മറ്റു പേരുകൾക്കൊന്നും കഴിഞ്ഞില്ല. വിശുദ്ധിയുടെ ഈ നിത്യ പൂജകയെ കേരളം ഒടുവിൽ വിഷാദ രോഗിയാക്കി മാറ്റി. ഇത്തരത്തിൽ വേറൊരാളെ മാത്രമേ എനിക്കറിയുകയുള്ളൂ; മറ്റാരുമല്ല, വൈക്കം മുഹമ്മദ് ബഷീർ. ഈ രണ്ടു പേരും നമ്മുടെ ഇടയിൽ ജീവിച്ചിരിക്കെ തന്നെ മറ്റൊരു ലോകത്തിൽ നിത്യ പൗരത്വം നേടിയവരായി കഴിഞ്ഞു കൂടി. അവരുടെ വാക്കുകളിൽ നിന്നും അജ്ഞാത ലോകത്തിന്റെ അലൗകിക പരിമളം അനുഭവിക്കാൻ കഴിഞ്ഞവർക്കും അവരുടെ കൃതികൾ വീണപൂക്കളായേ തോന്നുകയുള്ളൂ...നമുക്ക് നിശബ്ദമായി നേരാം മാധവിക്കുട്ടിക്ക് യാത്രാ മംഗളം....

എന്റെ അവസ്ഥ ഇതിൽ നിന്നും തുലോം വ്യത്യസ്ഥമായിരുന്നു.

പക്ഷേ, എനിക്കുമാത്രം ആമിക്ക് യാത്രാമംഗളം നേരുവാൻ കഴിഞ്ഞില്ല, കാരണം കമലാസുരയ്യ ഇല്ലാത്ത ഒരു കേരളത്തെപ്പറ്റി സങ്കൽപ്പിക്കാൻ എനിക്ക് കഴിയുമായിരുന്നില്ല. കത്ത് മുഖേനയോ നേരിട്ടോ ആമിയുമായി ഞാൻ ബന്ധപ്പെട്ടില്ല. അവർ യാത്ര തിരിച്ച

പിറ്റേ ദിവസം ചാനലുകളിലും പത്രങ്ങളിലും വാർത്ത വന്നു. "കാവ്യ സുഗന്ധം ബാക്കി നിർത്തി കമല കേരളം വിട്ടു." പത്രങ്ങളിൽ വായിച്ച ഞാൻ കരഞ്ഞു. ഇനിയൊരു മടങ്ങി വരവില്ല എന്ന പ്രഖ്യാപിച്ച സുരയ്യ മുഖ്യമന്ത്രിയോട് ശ്രമിക്കാം എന്ന് പറഞ്ഞതായി പത്രത്തിൽ വായിച്ച ഞാൻ ആശ്വാസം കണ്ടെത്തി, പക്ഷേ, നീണ്ട വർഷങ്ങൾ ഞാൻ കാത്തിരുന്നു. ആമി വന്നില്ല. യാത്രയാകുമ്പോൾ അവസാനമായി താങ്കൾ പറഞ്ഞ വാചകങ്ങൾ എന്നെ എല്ലായിപ്പോഴും വേദനിപ്പിക്കുന്നു.

"ഞാൻ ഈ നാട്ടിൽ നിന്നും കുറച്ചുകൂടി സ്നേഹം പ്രതീക്ഷിച്ചിരുന്നു. പക്ഷേ, എന്നോടവർ സ്നേഹം കാണിച്ചില്ല. എന്നെ മോശക്കാരിയായി ചിത്രീകരിക്കാനാണ് പലരും ശ്രമിച്ചത് പക്ഷേ, ഈ നാട്ടുകാരോട് എനിക്ക് പറയാനുള്ളത് കുറച്ചു കൂടി പരസ്പരം സ്നേഹിക്കണമെന്നാണ്."

താങ്കളെ സ്നേഹിക്കാൻ വെമ്പൽ കൊള്ളുന്ന ഒരുപാട് ആളുകൾ ഇവിടെയുണ്ടായിരുന്നു. അക്കൂട്ടത്തിൽ കാസർകോട് മൊഗ്രാൽ സ്വദേശി ഫാത്തിമയുമുണ്ട്. ഞങ്ങളുടെ പ്രിയങ്കരിയായ കഥാകാരി മടങ്ങിവരുമെന്ന പ്രതീക്ഷയിലായിരുന്നു ഇവിടെയെല്ലാവരും.

കടവന്ത്രയിൽ താമസിച്ചിരുന്ന കാലത്ത് ആമിയെ കാണാൻ വല്ലാതെ ഞാൻ ആശിച്ചിരുന്നു. പലപ്പോഴും അവസരങ്ങൾ ഒത്തു വന്നതാണ്. പക്ഷേ, പല കാരണങ്ങളാൽ അടുത്തെത്തുവാൻ എനിക്ക് കഴിഞ്ഞില്ല. എന്റെ ഉദാസീനത തന്നെയായിരുന്നു കാരണം. ആ കുറ്റബോധം ഇപ്പോഴെന്റെ ഹൃദയം തകർക്കുന്നു.

തലശ്ശേരി ക്യാമ്പസിൽ രചതജൂബിലി ആഘോഷത്തോട നുബന്ധിച്ച് ഇംഗ്ലീഷ് പഠനക്യാമ്പ് ഉദ്ഘാടനം ചെയ്യാൻ ആമി എത്തിയിരുന്നുവല്ലോ അന്ന് വടകരയിൽ ഒരു മിത്രത്തിന്റെ വീട്ടിൽ ഞാനുണ്ടായിരുന്നു. നിർഭാഗ്യവശാൽ അവിടെയെത്താൻ എനിക്ക് കഴിഞ്ഞില്ല.

പിന്നീട് എറണാകുളത്ത് യൂത്ത് ലീഗിന്റെ സമ്മേളനം കാണാൻ ഞാൻ വന്നിരുന്നു. അന്ന് കടവന്ത്രയിൽ വന്ന് ആമിയെ കാണണെമെന്ന് നിശ്ചയിച്ചുറപ്പിച്ചതായിരുന്നു. പക്ഷേ, ആ തിരക്കിനിടയിൽ സാധ്യമായില്ല. അന്ന് തന്നെ തിരുവനന്തപുരത്തേക്കു മടങ്ങേണ്ടി വന്നു. മറ്റൊരു സന്ദർഭത്തിൽ കോഴിക്കോട്ടു വെച്ച് എന്റെ ഒരു മിത്രം പറഞ്ഞു കമലാ സുരയ്യ കോഴിക്കോട് താമസമാക്കാൻ പോകുന്നുവെന്ന്. ആ വാർത്ത കേട്ട് ഞാൻ ആഹ്ലാദിച്ചു. കോഴിക്കോട് താമസം മാറ്റിയാൽ എനിക്ക് ഇടയ്ക്കിടെ ചെന്നു കാണാമല്ലോ.

എന്റെ ആഗ്രഹങ്ങൾ ബാക്കിയാക്കി അപ്രതീക്ഷിതമായ ഒരു തീരുമാനമാണ് ആമിയിൽ നിന്നുണ്ടായത്. "പൂനെയിലേക്കുള്ള യാത്ര, ഞാൻ തകർന്നു പോയി" താങ്കൾ മടങ്ങി വരുമെന്ന പ്രതീക്ഷയിൽ ഇനിയുമൊരു കൂടിക്കാഴ്ചയ്ക്കായി ആഗ്രഹിച്ചും കൊതിച്ചും ഞാൻ ഇവിടെ കാത്തിരിക്കുന്നു.

എന്റെ പ്രിയപ്പെട്ട വായന മാധവിക്കുട്ടി

ആരും ആർക്കും കടപ്പെട്ടവരല്ല. ആർക്കും ആരോടും കടപ്പെടാതിരിക്കാനുമാവില്ല... മനുഷ്യന്റെ പൂർണ്ണതയെന്നൊന്നില്ല... പൂർണ്ണതയിൽ എത്തിയാൽ മനുഷ്യൻ അമാനുഷികനായിത്തീരുന്നു... ആ സങ്കൽപ്പത്തിന്റെ തീക്ഷ്ണതയിലാണ് ഒട്ടുമിക്ക ജീവിതങ്ങളും എരിഞ്ഞടങ്ങുന്നത്.

ഒരു കുട്ടിക്ക് ജീവിക്കാനുള്ള പ്രോത്സാഹനവും സന്തോഷവും ധൈര്യവും നൽകുന്നത് കൂട്ടുകാരും വിദ്യാലയവും നല്ല അന്തരീക്ഷവുമാണെന്ന് ഞാൻ വായിച്ചിട്ടുണ്ട്. പക്ഷേ, എന്നെ സംബന്ധിച്ചിടത്തോളം എന്റെ ബാല്യകൗമാരത്തിൽ പ്രോത്സാഹനവും സന്തോഷവും ധൈര്യവും ലഭിച്ചത് മാധവിക്കുട്ടിയെ വായിച്ചപ്പോഴാണ്. ഇതിൽ നിന്നുള്ള പഠനമാണ് എന്റെ വിദ്യാഭ്യാസം. എന്റെ പാഠപുസ്തകവും അധ്യാപികയും മാധവിക്കുട്ടി എന്ന എഴുത്ത് കാരിയായിരുന്നു.

അറിവിന്റെ ലോകം തുറന്നു തന്ന മാധവിക്കുട്ടിയെ അനുകരിച്ച് കുറിപ്പുകൾ എഴുതിയും വായിച്ചും പുതുമയുടെ ചിറകിലേറി എന്റെ കുട്ടിക്കാലം വിരാചിച്ചു. ആ കാലത്ത് പെൺകുട്ടികൾ പുറത്തിറങ്ങുകയോ വിദ്യഭ്യാസം നേടുകയോ ചെയ്യുന്നത് മൊഗ്രാൽ ഗ്രാമത്തിൽ വിരളമായിരുന്നു. പെൺകുട്ടികൾക്ക് എഴുത്തിനും വായനക്കും നിയന്ത്രണമുണ്ടായിരുന്നു. പക്ഷേ, എന്റെ തറവാട്ടിൽ വായിക്കാനുള്ള അവസരം എനിക്ക് ധാരാളം ലഭിച്ചു. എന്റെ രണ്ടാമത്തെ അമ്മാവൻ വായന പ്രിയനായിരുന്നു. അദ്ദേഹത്തിന്റെ പുസ്തക ശേഖരത്തിൽ നിന്ന് എനിക്ക് പ്രിയങ്കരമായ പുസ്തകങ്ങൾ തെരഞ്ഞെടുത്തു വായിക്കാൻ കഴിഞ്ഞു.

ജോസഫ് മുണ്ടശ്ശേരി അശ്ലീല എഴുത്തുകാരിയെന്ന് വിശേഷിപ്പിച്ച മാധവിക്കുട്ടിയുടെ കൃതികൾ പെൺകുട്ടികൾക്ക് വിലക്കപ്പെട്ട വായനയായിരുന്നുവെന്ന് പിൽകാലത്ത് വായിക്കാൻ സാധിച്ചു. പക്ഷേ, മാധവിക്കുട്ടി വിലക്കപ്പെട്ട വായനയായിരുന്നുവെന്ന് കുട്ടിക്കാലത്ത് എനിക്ക് തോന്നിയിരുന്നില്ല. കഥാകൃത്ത് സി.എസ് ചന്ദ്രിക വിശേഷിപ്പിച്ചത് പോലെ ആ വായന എന്റെ മനസ്സിന്റെ ആഴങ്ങളിലേക്ക് പോയിരുന്നുവെന്ന് മാത്രമറിയാം!!!

മാധവിക്കുട്ടി വായന ഓരോ പെൺകുട്ടികളുടേയും വായനാലോകത്തെ സമ്പന്നമാക്കുകയും അവരുടെ ആന്തരിക ശക്തി വർദ്ധിപ്പിക്കുകയും ചെയ്തിട്ടുണ്ടാകണമെന്നതിൽ യാതൊരു സന്ദേഹവുമില്ല. എന്റെ അനുഭവം അങ്ങനെയുള്ളതാണ്. കമലാ സുരയ്യയുടെ ഭാഷയിൽ പറഞ്ഞാൽ മാധവിക്കുട്ടിയെ വായിച്ച ഒരു പെൺകുട്ടിയും കേട് വന്നതായി കേട്ടിട്ടില്ല. പക്ഷേ,

ആമിയോപ്പുവിനെ വായിച്ച കൗമാരപ്രായത്തിൽ ഞാൻ പരന്ന ഒരു വായനക്കാരിയായി എന്നതാണ് വസ്തുത. ആ വ്യക്തിത്വത്തെ അടുത്തറിഞ്ഞപ്പോൾ എന്റെ ഉള്ളിൽ ആദരം നിറഞ്ഞ ഒരു തരം സ്നേഹം കത്തിപ്പടരുകയായിരുന്നു. കൗമാരപ്രായത്തിൽ മാത്രമല്ല എല്ലാ പ്രായത്തിലും എന്നെ മോഹിപ്പിച്ചു കൊണ്ടിരിക്കുന്നതും ഈ പ്രിയങ്കരിയായ എഴുത്തുകാരിയും അവരുടെ കൃതികളും തന്നെയാണ്. അനുഗ്രഹ വചസ്സുകൾ കൊണ്ട് ആശിർവദിച്ചു കമലാ സുരയ്യ സമ്മാനിച്ച ഓർമ്മകളുടെ സുഗന്ധം പേറുന്ന നിരവധി പുസ്തകങ്ങൾ, എന്റെ അലമാരയിൽ അമൂല്യ നിധിയായി ഞാൻ സൂക്ഷിക്കുന്നു. അവർ നമുക്കായി എഴുതിവെച്ച അനേക വാക്കുകൾ ഉൾക്കൊള്ളുന്ന പുസ്തകങ്ങൾ എന്നെ സംബന്ധിച്ചടുത്തോളം അമൂല്യ ഗ്രന്ഥങ്ങളാണ്.

ഒരു വായനയും എനിക്ക് ഇത് വരെ തന്നിട്ടില്ലാത്ത സംതൃപ്തി ഞാൻ അതിൽ നിന്ന് അനുഭവിക്കുന്നു. കാലഘട്ടത്തിന് അനുസൃതമായ അഭിപ്രായങ്ങളും ഉപദേശവും ഈ വായനയിൽ നിന്ന് ഞാൻ കണ്ടെത്തുന്നു.

കാട്ടുതേൻ പോലെ അനന്തവസന്തങ്ങളുടെ സ്വപ്നശേഖരം നൽകുന്ന ആത്മകഥകൾ, സുന്ദരവും തീക്ഷ്ണവുമായ കഥകൾ. നിലാവ് കിനിയുന്ന കവിതകൾ, ഇവയെല്ലാം ഉൾക്കൊള്ളുന്ന മാധവിക്കുട്ടിയുടെ കൃതികൾ സമ്പൂർണ്ണം. നിരവധി തവണ വായിച്ചവയാണെങ്കിലും സ്നേഹം കിട്ടാതെ പോയതിന്റെ നഷ്ടവിഷാദം നിറയുന്നതും, പെണ്ണകങ്ങളെ തുറന്നു വിടുന്നതും മാതൃത്വത്തിന്റെ മഹനീയത വെളിവാക്കുന്നതുമായ നിരവധി പുസ്കങ്ങൾ വീണ്ടും എന്റെ അലമാരയിൽ വന്നു നിറയുന്നു. അവർ കുറച്ച് പുസ്തകങ്ങൾ

എനിക്ക് സമ്മാനമായി നൽകിയപ്പോൾ ഇത് കുട്ടികൾ വായിച്ച റിയേണ്ട പുസ്തകമാണെന്ന പറഞ്ഞു രണ്ടു പുസ്തകം എന്റെ കയ്യിൽ വച്ചു തന്നു. അവരുടെ ബാല്യകാല സ്മരണകളുണർത്തുന്ന നീർമാതളം പൂത്തകാലം, ബാല്യകാല സ്മരണകൾ എന്നീ പുസ്തകങ്ങളായിരുന്നു അത്.

എല്ലാ വർഷവും വായനാദിനത്തിൽ ഈ പുസ്തകങ്ങൾ കുട്ടികൾക്കായി ഞാൻ സമ്മാനിക്കുന്നു. കമലാ സുരയ്യയുടെ മാന്ത്രിക സ്പർശമുള്ള കൃതികൾ കുറച്ചൊന്നുമല്ല ഇളം തലമുറക്കാരെ ആകർഷിക്കുന്നത്. ഇത്വഴി കമലാ സുരയ്യയോടുള്ള യുവവായനക്കാരുടെ പ്രണയം വളരെ വലുതാണ്.

യാത്രക്കിടയിൽ പുസ്തകശാലകളിൽ ചെന്ന് മാധവിക്കുട്ടിയുടെ പുസ്തകം ശേഖരിക്കുന്നത് എന്റെ പ്രിയപ്പെട്ട വിനോദമാണ്; ഞാൻ സന്ദർശിക്കാറുള്ള ചില പുസ്തകശാലകളിൽ വായനക്കാർ മാധവിക്കുട്ടിയുടെ പുസ്തകങ്ങൾ തിരയുന്ന ദൃശ്യങ്ങൾ ഞാൻ സന്തോഷത്തോടെ നിരീക്ഷിക്കാറുണ്ട്. മാധവിക്കുട്ടി സ്വപ്നവും ഭാവനയും നൽകി തന്റെ രചനകളിലൂടെ വായനക്കാരിലുണ്ടാക്കിയ പ്രിയം കമലാ സുരയ്യ എന്ന എഴുത്തുകാരിയെ മലയാളികൾക്ക് വിസ്മരിക്കുവാൻ അസാധ്യമാണ് എന്നതിന്റെ സാക്ഷ്യപ്പെടുത്തലാണത്;

"എന്റെ വായനക്കാരിൽ ഏറെ പേരും പെൺകുട്ടികളാണ്. അവർ എന്റെ കവിളത്ത് ഒന്ന് ഉമ്മ വെച്ചോട്ടെ എന്ന് ചോദിക്കും. വെച്ചോളൂ എന്ന് ഞാൻ പറയുന്നു. ഈ കുട്ടികൾക്ക് വേണ്ടിയല്ലേ ഞാൻ സത്യം പറയുന്നത്. അവരുള്ളത് കൊണ്ടാണ് ഞാൻ ജീവിക്കുന്നത്. അവർക്കു വേണ്ടിയാണ് ഞാൻ എഴുതുന്നത്. ഞാൻ സംസാരിച്ചത് ഇനി വരാനുള്ള തലമുറയോടാണ്. അവരെ കാണാനുള്ള ഭാഗ്യം എനിക്കുണ്ടാകുമെന്ന് കരുതിയതല്ല എന്നാൽ എനിക്ക് സാധിച്ചു." (സ്നേഹത്തിന്റെ സ്വർഗ്ഗ വാതിലുകൾ)

വായനക്കാർക്ക് സാധാരണ എഴുത്തുകാരുടെ കൃതികൾ വായിക്കുമ്പോൾ അവരുടെ കൂടുതൽ കൃതികൾ വായിക്കണമെന്നേ തോന്നൂ. പക്ഷേ, മാധവിക്കുട്ടിയുടെ വായനക്കാർക്ക് അവരെ തൊടണമെന്നും തോന്നുമായിരുന്നു. ചിലപ്പോൾ ഉമ്മവെക്കണമെന്നും.

ഈയിടെ ഒരു വർത്തമാന പത്രത്തിലെ എഴുതാപ്പുറം എന്ന പംക്തിയിൽ വായിച്ചവയാണിത്. എക്കാലത്തും കണക്ക് നോക്കാതെ തന്റെ സ്നേഹവും സമ്പാദ്യവും മലയാളികൾക്ക് വാരിക്കോരിക്കൊടുത്ത പ്രിയങ്കരിയായ എഴുത്തുകാരിയെ വായനക്കാർ സ്നേഹിച്ചത് അങ്ങനെയാണ്. ശുദ്ധ ഹൃദയത്തിനുടമയായ

കമലാ സുരയ്യ എന്തെഴുതിയാലും അതിൽ മധുരമൂറുന്നു. അവയെല്ലാം വായനക്കാർക്ക് ഹൃദ്യവുമാണ്. വായനക്കാരെ ഇത്രകണ്ട് സ്നേഹിച്ച മറ്റൊരു എഴുത്തുകാരി ഈ മലയാള ഭൂമികയിൽ ഉണ്ടാവുകയില്ല എന്ന് തന്നെ പറയാം. ഒരു യുഗത്തിന്റെ പ്രത്യേക ചൈതന്യമായിരുന്ന മാധവിക്കുട്ടി സ്നേഹിക്കാനും സ്നേഹിക്കപ്പെടാനും ഒരു വലിയ കാലഘട്ടം മുഴുവൻ പ്രയത്നിച്ചു. അവസാനം ഇസ്ലാമിൽ ആകൃഷ്ടയായ സുരയ്യ ദൈവത്തേയും മരണത്തേയും ഏകാന്തതയേയും ഗൂഢമായി പ്രണയിച്ചു.

ഇസ്ലാം എന്ന ഖനിയിൽ ഞാൻ സ്വർണ്ണമായി വിളയുന്നുവെന്ന് സ്വയം വിശേഷിപ്പിച്ചും സ്വർഗപൂങ്കാവനം സ്വപ്നം കണ്ടും വർണ്ണാഭമായ പൂക്കൾ പോലെ മനോഹരമായ ജീവിതം ജീവിച്ചു തീർത്തു. ഒരായുസ് കൊണ്ട് എഴുതാവുന്നതത്രയും വായനക്കാർക്ക് വേണ്ടി എഴുതിവച്ചു.

കൊയ്യാനുള്ളതെല്ലാം ഞാനെന്റെ
വാക്കുകൾ കൊണ്ട്
കൊയ്തെടുത്തു,
സ്വർണ്ണ മണികൾ
കൊയ്തെടുത്തു,
പ്രണയവും സ്നേഹവും
കൊയ്തെടുത്തു.
വേദനയും ഏകാന്തതയും
കൊയ്തെടുത്തു.
എല്ലാമെല്ലാം കൊയ്തെടുത്തു,
ഈ ജീവിതം കൊണ്ട്
ഇത്രയൊക്കെയേ കഴിയൂ

(ഈ ജീവിതം കൊണ്ട് ഇത്രമാത്രം)

സ്നേഹം തേടിയുള്ള അലച്ചിലിന്റെ വ്യഥയും നോവും ഉൾക്കൊള്ളുന്ന കവിതകൾ. ആർദ്രവും തരളവുമായ മനുഷ്യബന്ധങ്ങളുടെ കഥകൾ ഇവയൊന്നും കമലാ സുരയ്യയുടെ വിരലുകളിൽ നിന്ന് സൗന്ദര്യമുള്ള ലിപികളാൽ ഇനിയൊരിക്കലും പിറന്നുവീഴില്ല.

ആത്മാംശം നിറയുന്ന അവരുടെ ഓർമ്മക്കുറിപ്പുകൾക്കായി ഒട്ടും പ്രതീക്ഷിക്കേണ്ടതുമില്ല. അവസാനിക്കാത്ത ചരിത്രം അവശേഷിപ്പിച്ച കമലാ സുരയ്യ മൗനത്തിലേക്ക് മടങ്ങിയിട്ട് വർഷങ്ങൾ കടന്നുപോയി. ആ സർഗ്ഗ സൗന്ദര്യത്തിന്റെ മധുര സ്മരണകളിൽ നിന്ന് വിമുക്തമാകാൻ മനസ്സ് വിസമ്മതിക്കുമ്പോൾ കടവന്ത്രയിലെ റോയൽ സ്റ്റേഡിയം മാൻഷൻസിൽ കാവ്യ സുഗന്ധം പരത്തി ആമി

ജീവിക്കുന്നുവെന്ന സങ്കൽപ്പത്തോടെ ഓരോ കുറിപ്പുകളും എഴുതി ഈ വലിയ എഴുത്തുകാരിയുടെ ഓർമ്മയ്ക്കായി ഞാൻ സൂക്ഷിക്കുന്നു.

ലിഖിതങ്ങളാൽ ആർക്കും പറഞ്ഞുതീർക്കാനാവില്ല ഈ ജീനിയസിനെ എന്നെനിക്കറിയാം. പക്ഷേ, കമലാ സുരയ്യയെ പറ്റിയുള്ള ഓർമ്മകളും വികാരങ്ങളും എഴുതിവെക്കാമെന്നത് അവരുടെ അഭാവത്തിൽ ഉൾതാപം അനുഭവിക്കുന്ന എന്നെ സംബന്ധിച്ചട്ടത്തോളം വലിയൊരാശ്വാസമാണ്.

ആമിയുടെ ജ്വലിക്കുന്ന ഓർമ്മകൾ

അലങ്കാരങ്ങൾ ചിലപ്പോൾ അരോചകമാവും... ആഭരണങ്ങൾ അനൗചിത്യവും...

അലങ്കാരങ്ങളില്ലാത്ത വായനയാണ് യഥാർത്ഥത്തിൽ ഉത്തമം. അക്ഷരങ്ങളുടെ സമൂഹമായത് കൊണ്ട് മാത്രം അർത്ഥവത്താകണമെന്നില്ല... വാക്കുകളുടെ ക്രോഡീകരണം മനസ്സിന്റെ നൈർമ്മല്യമാണ്. രചനയിലായാലും സംസാരത്തിലായാലും അക്ഷരസമൂഹങ്ങളെ കൊണ്ട് അനുഭൂതി ഉണ്ടാക്കിക്കാൻ കഴിയുക ജീവിതത്തിലെ തന്നെ മഹാകാര്യമാണ്... അതിനേക്കാൾ മഹത്ത്വമാണ് ആ അനുഭൂതി ജീവിതത്തിലുടനീളം പരിമളം പരത്തുന്ന സുഗന്ധമായി പരിപാലിക്കാനാവുന്നത്.

എന്റെ കുട്ടിക്കാലത്ത് ആനുകാലിക പ്രസിദ്ധീകരണങ്ങളിലൂടെയാണ് ഞാൻ മാധവിക്കുട്ടിയെ വായിച്ചറിഞ്ഞത്. പിന്നീട് പതുക്കെ ഞാൻ അവരുടെ കൃതികൾ വായിച്ച് തുടങ്ങി. മാധവിക്കുട്ടിയുടെ കഥാപുസ്തകങ്ങൾ വായിക്കുമ്പോൾ ഞാൻ അതിൽ ലയിച്ച് പോകുമായിരുന്നു. മാധവിക്കുട്ടിയുടെ ആത്മകഥ (എന്റെ കഥ) യുടെ പുറം ചട്ടയിലെ ആമിയുടെ പടം എന്നെ വല്ലാതെ ആകർഷിച്ചിരുന്നു. കഥാകാരിയെ കാണുവാനുള്ള മോഹം അന്ന് മനസ്സിൽ നാമ്പിട്ട് തുടങ്ങിയതാണ്. യൗവ്വന യുക്തയും സൗന്ദര്യവതിയുമായ ആമി പിൽക്കാലത്ത് വാർദ്ധക്യം ബാധിച്ചു മരിച്ചു പോകുമെന്നോ ആ മനോഹരിയായ എഴുത്തുകാരിയെ പറ്റി ഞാൻ എഴുതുമെന്നോ കരുതിയിരുന്നില്ല.

1983- ലാണ് മാധവിക്കുട്ടി, കഥാകൃത്ത്, തിരുവനന്തപുരം എന്ന വിലാസത്തിൽ ഞാൻ അവർക്ക് കത്തുകൾ എഴുതി തുടങ്ങിയത്. എന്റെ കത്തുകൾ അവരുടെ കൈകളിൽ എത്തിച്ചേരുമെന്ന

യാതൊരു പ്രതീക്ഷയും അന്നെനിക്കുണ്ടായിരുന്നില്ല. എന്റെ ഒരു സന്തോഷത്തിന് വേണ്ടി നിരന്തരം കത്ത് എഴുതിക്കൊണ്ടേയിരുന്നു. പിൽക്കാലത്ത് കമലാ സുരയ്യയുമായി ജന്മാന്തരങ്ങൾക്കപ്പുറത്തെ ആത്മബന്ധം സ്ഥാപിക്കുവാൻ എനിക്ക് സഹായകരമായത് ഞാൻ അവർക്കെഴുതിയ കത്തുകളായിരുന്നു. കത്തിലെ ചില വരികൾ വർഷങ്ങൾക്ക് ശേഷം മറവിയുടെ ഇരുട്ടറയിൽ നിന്ന് അവർ ഓർത്തെടുത്തു. കുട്ടിയായിരിക്കുമ്പോൾ ഞാനെഴുതിയ കത്തുകളെ പറ്റി അഭിപ്രായം പറയുകയും പ്രശംസിക്കുകയും ചെയ്തു.

പ്രിയപ്പെട്ട ആമിയോപ്പവിന്, നമ്മുടെ ഇന്ദിരാജി ഭാരതത്തെയും ഭാരത ജനതയേയും വിട്ട് പോയിരിക്കുന്നുവെന്ന ശീർഷകത്തിൽ ഇന്ദിരാഗാന്ധിയുടെ വേർപാട് താങ്ങാനാകാതെ അവർക്ക് എഴുതിയ കത്തിലെ വരികൾ തികച്ചും അപ്രതീക്ഷിതമായി കമലാ സുരയ്യയിൽ നിന്ന് ശ്രവിച്ചപ്പോൾ ഞാൻ അത്ഭുതസ്തബ്ധയായി! തീർച്ചയായും പ്രിയദർശിനിയെ അവർ അത്ര കണ്ട് സ്നേഹിച്ചിരുന്നു. അതു കൊണ്ടായിരിക്കണം എന്റെ ബാലിശമായ കത്തിലെ ഉള്ളടക്കം വർഷങ്ങൾക്ക് ശേഷവും കൃത്യമായി അവർ ഓർത്തെടുത്തത്. ഞാനൊരു ജനപ്രതിനിധിയാണെന്നറിഞ്ഞപ്പോൾ ഒന്ന് കണ്ടാൽ കണ്ടു നിൽക്കാൻ തോന്നുന്ന കമലാ സുരയ്യയുടെ മുഖത്ത് ഒരു കുസൃതി ചിരി വിരിഞ്ഞു. മധുരിതമായ വള്ളുവനാടൻ ഭാഷാ ശൈലിയിൽ അവർ സംസാരിച്ചു. ഉൽസാഹത്തോടെ അവർ ചോദിച്ചു, കുട്ടിക്ക് പൊതു പ്രവർത്തനം ഇഷ്ടമാണല്ലേ.... എന്റെ കർമ്മ മണ്ഡലങ്ങളിലെ വിവരങ്ങൾ ആരായുകയും കുറേ ഉപദേശം തരുകയും ചെയ്തു. കമലാ സുരയ്യയുടെ ഉപദേശം ശ്രവിക്കുന്നതിന്റെ സുഖം ഒന്ന് വേറെ തന്നെ യായിരുന്നു.

മുസ്ലിം ലീഗ് എന്ന രാഷ്ട്രീയ പാർട്ടിയോട് കമലാസുരയ്യയ്ക്ക് പ്രത്യേക സ്നേഹമുണ്ടായിരുന്നു. കേരള രാഷ്ട്രീയത്തിൽ മുസ്ലിം ലീഗിനെ കമലാ സുരയ്യ നിരീക്ഷിച്ചത് ഇങ്ങനെയാണ് "മുസ്ലീം ലീഗ് ഇല്ലെങ്കിൽ ഒരു രാഷ്ട്രീയ പാർട്ടിക്കും ഇവിടെ ജയിക്കാനാകില്ല മുസ്ലിം ലീഗ് ശ്രീകൃഷ്ണനെ പോലെയാണ് ശ്രീകൃഷ്ണൻ ഏത് ഭാഗത്താണോ അവരാണ് ഭാരത യുദ്ധം ജയിച്ചത്".

1996 ജനുവരിയിൽ അന്നത്തെ വ്യവസായ മന്ത്രിയായ കുഞ്ഞാലിക്കുട്ടി സാഹിബിൽ നിന്ന് മഹിളാ ചന്ദ്രികയുടെ ആദ്യ പതിപ്പ് ഏറ്റു വാങ്ങിയത് മാധവിക്കുട്ടിയാണ്. 'അന്ന് മുതൽ ഞാൻ മഹിളാ ചന്ദ്രികയുടെ വായനക്കാരിയായി' 2000 ജനുവരിയിൽ ടാഗോർ സെന്റിനറി ഹാളിൽ നടന്ന മഹിളാ ചന്ദ്രികയുടെ അഞ്ചാം പിറന്നാൾ ആഘോഷ വേളയിലും കമലാ സുരയ്യയായിരുന്നു മുഖ്യ അതിഥി.

മധുരവും മനോഹരവുമായ ഭാഷാ ശൈലിയിൽ കമലാ സുരയ്യ സൃഷ്ടിക്കുന്ന സാഹിത്യ രചനകൾ പോലെ അവരുടെ രാഷ്ട്രീയ കാഴ്ചപ്പാടുകളും മനോഹരമാണ്. എഴുത്ത്, കവിത, ഭാഷ, സാഹിത്യം, സംസ്കാരം, രാഷ്ട്രീയം ഇവയെല്ലാം കമലാ സുരയ്യയിൽ നിന്നാകുമ്പോൾ ആകർഷണ ശക്തി വർദ്ധിക്കുകയും വർണ്ണോജ്ജ്വലമാവുകയും ചെയ്തു.

> "അന്ന് മദ്ധ്യാഹ്നത്തിൽ മുകളിലത്തെ വരാന്തയിൽ നൂൽ നൂൽക്കുന്ന അമ്മമ്മയോട് ഞാൻ ചോദിച്ചു എന്തിനാ ഇവിടെ എല്ലാ മുറിയിലും ഗാന്ധിജിയുടെ ഫോട്ടോ? മഹാത്മാജി നമ്മുക്ക് ദൈവത്തെ പോലെയല്ലേ? മഹാത്മാജി ചോദിച്ചാൽ എല്ലാം കൊടുക്കോ? കൊടുക്കും ചോദിച്ചാൽ കൊടുക്കാതിരിക്കാൻ പറ്റ്വോ? എന്നെ വേണോന്ന് പറഞ്ഞാൽ എന്നെ പിടിച്ച് കൊടുക്കോ? അമ്മമ്മ തക്ലി നിലത്ത് വെച്ച് പൊട്ടിചിരിച്ചു. കമലയെ കൊട്ക്കില്ല്യ. അത് തീർച്ചയാ മഹാത്മാജിയെന്നല്ല സാക്ഷാൽ ഗുരുവായൂരപ്പൻ വന്ന ചോദിച്ചാലും ഞാൻ കമലയെ കൊട്ക്കില്ല്യ".
>
> (ബാല്യകാലസ്മരണകൾ)

നാലാപ്പാട്ടെ പെണ്ണുങ്ങൾ മഹാത്മാഗാന്ധിയെ കണ്ടപ്പോൾ ആഭരണങ്ങൾ അഴിച്ചു അദ്ദേഹത്തിന് സമ്മാനിച്ചുവത്രേ. നാലപ്പാട് കുലീന കുടുംബത്തിൽ ജനിച്ച കമലയുടെ തറവാട്ടുകാർ അടിസ്ഥാനപരമായി കോൺഗ്രസ്സുകാരായിരുന്നു. ഇന്ദിരാഗാന്ധിയെ ഭാരതത്തിന് നഷ്ടമായപ്പോൾ നാലപ്പാട് കമല ഏറേ വേദനിച്ചു. തീവ്രമായ ദുഃഖം രേഖപ്പെടുത്തി അവർ തന്റെ ഓർമ്മകുറിപ്പിൽ ഇങ്ങനെ എഴുതി.

"ഇന്ദിരാഗാന്ധി അവരുടെ കഴിവുകൾക്കനുസരിച്ച് സ്വന്തം രാജ്യത്തെ സ്നേഹിച്ച ചക്രവർത്തിനിയാണ്. സ്വന്തം പ്രജകളെ അത്ര കണ്ട് അവർ സ്നേഹിച്ചു. രാജ്യതാൽപ്പര്യങ്ങൾക്കനുസരിച്ച് നിർണായകമായ അനവധി തീരുമാനങ്ങളെടുത്തു. ദുരുദ്ദേശ്യത്തോടെ അവർ യാതൊന്നും ചെയ്തിട്ടില്ല. അവർ ഭാരതത്തിന് വേണ്ടി കഠിനമായി അധ്വാനിച്ചവരാണ്. ഇനിയെങ്കിലും അവർക്ക് വിശ്രമം നൽകുക."

1984-ൽ ഇന്ദിരാഗാന്ധിയുടെ വേർപാടിന് പിന്നാലെ പാർലമെന്റിലേക്ക് നടന്ന തിരഞ്ഞെടുപ്പിൽ കമല സ്വതന്ത്രസ്ഥാനാർത്ഥിയായി മത്സരിച്ചു.

'അന്ന് പാർലമെന്റിലേക്ക് തിരഞ്ഞെടുപ്പ് നടക്കുമ്പോൾ ഇന്ദിരാജി ജീവിച്ചിരുന്നുവെങ്കിൽ തിരുവനന്തപുരം നിയോജക മണ്ഡലത്തിൽ കമലാദാസ് കോൺഗ്രസ്സ് സ്ഥാനാർത്ഥിയായി മത്സരിക്കുമായിരുന്നുവെന്ന് ഒരഭ്യൂഹമുണ്ടായിരുന്നു. കമലാദാസ് തിരഞ്ഞെടുപ്പിൽ മത്സരിക്കുന്നുവെന്ന വാർത്ത ഒരു വർത്തമാന പത്രത്തിൽ വായിച്ചതായാണ് എന്റെ ഓർമ്മ. ആ വാർത്ത എന്നെ വളരെ അധികം സന്തോഷിപ്പിച്ചു. എന്റെ തറവാട്ടുകാർ കോൺഗ്രസ്സിനോട് ആഭിമുഖ്യം പുലർത്തുന്നവരായിരുന്നു. പക്ഷേ, വോട്ടവകാശമില്ലാത്ത ഞാൻ സ്വതന്ത്രസ്ഥാനാർത്ഥിയായ കമലയ്ക്ക് വിജയാശംസകൾ നേർന്ന് കത്തുകൾ എഴുതി. കമലാദാസ് തിരഞ്ഞെടുപ്പിൽ വിജയിക്കുമെന്നും പാർലമെന്റിൽ അവരുടെ ശബ്ദം ഉയരുമെന്നും പ്രത്യാശിച്ചു. എന്നാൽ കമല തിരഞ്ഞെടുപ്പിൽ പരാജയപ്പെടുകയായിരുന്നു. സ്വതന്ത്രസ്ഥാനാർത്ഥിയായ അവർക്ക് ആകെ കിട്ടിയ വോട്ടുകളുടെ എണ്ണം 1786. കമലാദാസിന്റെ തിരഞ്ഞെടുപ്പ് പരാജയം എന്നെ നിരാശപ്പെടുത്തുകയും അപക്വമായ എന്റെ മനസ്സിൽ അത്ഭുതമുളവാക്കുകയും ചെയ്തിരുന്നു.

അന്നത്തെ കോട്ടയം ഇന്ത്യൻ എക്സ്പ്രസിന്റെ ലേഖികയായിരുന്ന ലീലാമേനോൻ പിൽക്കാലത്ത് എഴുതിയത് വായിച്ചപ്പോഴാണ് ഞാനറിയുന്നത് കമലാ സുരയ്യയുടെ തിരഞ്ഞെടുപ്പ് പരാജയം അവർക്കൊഴികെ മറ്റാർക്കും അത്ഭുതമായിരുന്നില്ലത്രേ. അത്ഭുതം തോന്നിയ മറ്റൊരു വ്യക്തി ഞാൻ മാത്രമായിരുന്നു.

> "കമലയെ ആദ്യമായി നേരിട്ടു കാണുന്നത് തിരഞ്ഞെടുപ്പിൽ സ്വതന്ത്രസ്ഥാനാർത്ഥിയായി തിരുവനന്തപുരം ജില്ലയിൽ മത്സ്യതൊഴിലാളി മേഖലയിൽ മത്സരിച്ചപ്പോഴാണ്. കോട്ടയത്ത് ഇന്ത്യൻ എക്സ്പ്രസിന്റെ ലേഖികയായിരുന്ന ഞാൻ അവരുടെ ഇന്റർവ്യൂ എടുക്കാൻ പോയതായിരുന്നു. ഇടതൂർന്ന ചുരുണ്ട മുടിയും സുന്ദരമായ മുഖവും വശ്യമായ ചിരിയും മധുരമായ ശബ്ദവും ആകർഷണീയമായ സംഭാഷണ ശൈലിയുമുള്ള കമലയെ എനിക്കിഷ്ടമായി. ഒരു വിജയ സാധ്യതയും ഇല്ലാതിരിക്കെ അന്ന് കമല പ്രകടിപ്പിച്ചത് തികഞ്ഞ ആത്മവിശ്വാസമായിരുന്നു. സാധാരണക്കാരിലേക്ക് ഇറങ്ങിച്ചെന്ന് കമല പ്രചാരണം നടത്തി. നല്ല പ്രതികരണമാണ് ലഭിക്കുന്നതെന്ന് അവർ പറഞ്ഞു. ഞാൻ കണ്ട കമല രാഷ്ട്രീയപരമായി നിഷ്കളങ്കയായിരുന്നു. തികഞ്ഞ ശുഭാപ്തിയോടെ മത്സരത്തെ നേരിട്ട അവർ

തിരഞ്ഞെടുപ്പിൽ തോറ്റു. അവർക്കൊഴികെ മറ്റാർക്കും അതൊരു അത്ഭുതമായിരുന്നില്ല."

(ലീല മേനോൻ-സഫലമീയാത്ര)

1999-ഡിസംബർ 16-നായിരുന്നു കമലാ സുരയ്യയുടെ മതം മാറ്റം. കേരള ചരിത്രത്തിൽ ചേരമാൻ പെരുമാളിന് ശേഷം അത്രയും ജനശ്രദ്ധയാകർഷിച്ച് മതം മാറിയ മറ്റൊരു വ്യക്തി കമലാ സുരയ്യ ആയിരുന്നു. അവരുടെ മതം മാറ്റത്തെ പറ്റി കമലാ സുരയ്യ അവസാന പുസ്തകത്തിൽ ഇങ്ങനെ എഴുതി.

"എന്റെ മാറ്റത്തെ ഇവിടെയുള്ളവർ ഏറ്റവും നീചമായ രീതിയിലാണ് ആഘോഷിച്ചത്. മാറ്റം സംഭവിക്കാത്തത് എന്താണ് ഉള്ളത്? മാറാൻ പാടില്ലാ എന്ന് വിശ്വസിക്കുന്നതാണ് ഏറ്റവും വലിയ പാപം. കഴിഞ്ഞ അഞ്ചുവർഷം എനിക്കു തന്നെ വിശ്വസിക്കാൻ കഴിയാതെ കടന്നു പോയിരിക്കുന്നു. ഇപ്പോൾ മനസ്സു നിറയെ പുണ്യമാണ്. ചിലപ്പോൾ സ്വർഗത്തിൽ പ്രവേശിക്കുന്നതായി സ്വപ്നം കാണുന്നു. ഞാൻ ആരെയും ദ്രോഹിക്കാത്തത് കൊണ്ടും സ്നേഹത്തിനായി വാശിപിടിച്ചത് കൊണ്ടും സ്വർഗം കിട്ടുമെന്ന് ഉറപ്പാണ്. അല്ലാഹുവിന്റെ സംരക്ഷണത്തിലാണ് ഞാനെന്ന് തീർച്ചയുണ്ട്. ആർക്കും ഒന്നും ചെയ്യാനാവില്ല."

നിർധനരായ സ്ത്രീകളെ സഹായിക്കുക എന്ന ലക്ഷ്യവുമായി കമലാ സുരയ്യയുടെ നാമധേയത്തിൽ ഒരു സ്ത്രീ സംഘടനയ്ക്ക് ഞങ്ങൾ രൂപം നൽകിയത് 2003 മാർച്ച് എട്ടിനായിരുന്നു. സുരയ്യ വിമൻസ് ഫോറത്തിന്റെ രണ്ടാം വാർഷികാഘോഷ വേളയിൽ പരിപാടിയുടെ ഉദ്ഘാടന കർമ്മം നിർവഹിക്കാൻ കമലാ സുരയ്യയെ സ്നേഹപൂർവ്വം എന്റെ സ്വന്തം നാട്ടിലേക്ക് ഞാൻ ക്ഷണിച്ചു.

അപ്പോഴേക്ക് അനാരോഗ്യം മൂലം യാത്ര ചെയ്യാൻ കഴിയാതെ പൂർണമായും അവർ വിശ്രമത്തിലായിരുന്നു. പരിപാടിയിൽ ചെന്നെത്താൻ കഴിയാത്തതിൽ ദുഃഖമുണ്ടെന്ന് അവർ എന്നോട് പറഞ്ഞു.

അനുഗ്രഹ വചസ്സുകൾ കൊണ്ട് ആശിർവദിച്ച് സുന്ദരമായ ലിപികളാൽ ആലേഖനം ചെയ്ത മനോഹരമായ ഒരു സന്ദേശം അവർ എനിക്കയച്ചു തന്നു. സംഘടനയുടെ നടത്തിപ്പിന് ആവശ്യമായ പണം എങ്ങനെ കണ്ടെത്തുമെന്നും ചോദിച്ചു. പൊതുപ്രവർത്തനത്തിന് ലഭിക്കുന്ന എന്റെ പ്രതിഫലം (ശമ്പളം) സംഘടനയ്ക്ക് സംഭാവന നൽകുവാൻ ഉദ്ദേശിക്കുന്നുവെന്ന് ഞാൻ അവരെ അറിയിച്ചു. തുച്ഛമായ തുക കൊണ്ട് ഒരു സംഘടന നടത്തുവാൻ സാധിക്കുമോ എന്ന ആശങ്ക ഉള്ളിൽ ഉണ്ടായിരുന്നുവെങ്കിലും അന്ന്

എന്തുമാത്രം സന്തോഷമാണ് അവർ പ്രകടിപ്പിച്ചതെന്ന് എനിക്കിവിടെ വിവരിക്കുവാനാകുന്നില്ല. സ്നേഹ വാത്സല്യം നിറഞ്ഞ അവരുടെ ശബ്ദം ഇപ്പോഴും എന്റെ കാതിലുണ്ട്. അവരെ ഒരിക്കൽ കൂടി കാണുക എന്നത് എന്റെ വലിയൊരു അഭിലാഷമായിരുന്നു. കുറച്ച് കാലം കൂടി കൊച്ചിയിൽ അവർ താമസിച്ചിരുന്നവെങ്കിലും പോയി കാണാൻ എനിക്ക് കഴിഞ്ഞില്ല. ആ കുറ്റബോധം എന്റെ ഉള്ളിൽ കിടന്ന് പൊള്ളുന്നു.

എന്നാൽ പന്ത്രണ്ട് വർഷത്തിലധികമായി എനിക്ക് ലഭിച്ചുകൊണ്ടിരിക്കുന്ന ശമ്പളം നിർധന കുടുംബങ്ങൾക്ക് സംഭാവന നൽകുവാൻ ദൈവാനുഗ്രഹം കൊണ്ട് എനിക്ക് കഴിഞ്ഞു.

കമലാ സുരയ്യയ്ക്ക് നൽകിയ വാക്ക് പാലിക്കുവാൻ സാധിച്ചുവെന്നതിൽ ഞാൻ അതീവ സന്തുഷ്ടയാണ്. സ്നേഹസാഗരമായ ആമിയുടെ ജ്വലിക്കുന്ന ഓർമ്മകൾക്ക് മുമ്പിൽ സമർപ്പിക്കുവാൻ കഴിയുന്ന എന്റെ ഒരേയൊരു സേവനം കമലാ സുരയ്യ വിമൻസ് ഫോറം എന്ന സംഘടനയ്ക്ക് വേണ്ടി പ്രവർത്തിക്കുക എന്നത് മാത്രമാണ്.

ഓർമ്മയിൽ പൂക്കുന്ന നീർമാതളം

ശിഷ്യപ്പെടാനുള്ള മോഹം ദ്രോണർ നിഷേധിച്ചപ്പോൾ അദ്ദേഹത്തിന്റെ പാദസ്പർശമേറ്റ മണ്ണെടുത്ത് പൂജനീയ സ്ഥാനത്ത് വെച്ച് ആ കരുത്തിൽ ആയുധ വിദ്യയിൽ അഗ്രകണ്യനായിത്തീർത്ത ഏകലവ്യന്റെ ഗുരു സങ്കൽപ്പത്തെ ഉപമിക്കാൻ ആർക്കും മറ്റൊരു സമാന സംഭവം കിട്ടീട്ടില്ല. കാണാമറയത്തിരുന്ന് അഭ്യസിച്ച വിദ്യകളൊക്കെയും ഇല്ലാതാക്കി ഇഷ്ട ശിഷ്യന്റെ അപ്രമാധിത്യത്തിന് വിഘാതമാവാതിരിക്കാൻ ഏകലവ്യനോട് ചൂണ്ട് വിരൽ ദക്ഷിണയായി ദ്രോണർ ആവശ്യപ്പെട്ടപ്പോൾ താൻ ഒന്നുമല്ലാതായിത്തീരുന്ന എന്ന തിരിച്ചറിവോടെ തന്നെ, ഗുരുവിന്റെ ആവശ്യം ഭക്തിയോടെ നിറവേറ്റിയ ഏകലവ്യൻ മഹാഭാരതത്തിന്റെ ദുഃഖമാണ്...

യാ അല്ലാഹ്

മധുരിക്കുന്ന ഒരോർമ്മ മാത്രം ഇന്നെന്റെ ഏക ധനം. അതും നീ ഛേദിക്കുമോ. ഈ ഹതഭാഗ്യയിൽ നിന്ന് തമ്പുരാനേ.

കമലാ സുരയ്യയുടെ കവിത പോലെ സുരയ്യയെ കുറിച്ചുള്ള മധുരിക്കുന്ന ഓർമ്മ മാത്രമാണ് ഇന്ന് എന്റെ ഏക ധനം, സുരയ്യയുടെ നാമവും രൂപവും വാക്കിന്റെ ചഞ്ചൽ പ്രഭാവവും ഉള്ളം കുളിർക്കുന്ന തേജസ്സും ഒക്കെ എന്റെ ഓർമ്മയിൽ നിന്ന് മാഞ്ഞുപോകുന്നതേയില്ല.

'എന്റെ മീതെ തെളിഞ്ഞു വരുന്ന ചന്ദ്രൻ ഒരു കിനാവിന്റെ സൃഷ്ടിയാണോ? ഞാൻ കേട്ട മധുരസ്വരം സ്വപ്ന നിർമ്മിതമായിരുന്നോ? ദൈവമേ മാപ്പ്, മനുഷ്യ സ്ത്രീകൾക്കായി അവരുടെ വാടിത്തളർന്ന പ്രതിനിധിയായി ഞാൻ മാപ്പ് ചോദിക്കുന്നു.'

സ്ത്രീ സമൂഹത്തിന് വേണ്ടി ദൈവത്തോട് മാപ്പ് ചോദിക്കുന്ന

സുരയ്യ സ്വയം അടയാളപ്പെടുന്നത് സ്ത്രീ ഹൃദയങ്ങളിൽ മറക്കാൻ പറ്റുന്ന ഒരേടായിട്ടല്ല.

സാഹിത്യ രചനകളിലൂടെയും ജീവിതത്തിലൂടെയും നമ്മെ വിസ്മയിപ്പിച്ച സർഗ്ഗ ധന്യയായ ആ എഴുത്തുകാരി അങ്ങനെയാണ്. ആ മഹത് വ്യക്തിത്വത്തെ അടുത്തറിയുന്നവർക്ക് ഒരിക്കലും മറക്കാൻ കഴിയുകയില്ല.

അറേബ്യൻ അത്തറിന്റെ നേർത്ത സുഗന്ധമുള്ള വില കൂടിയ പർദ്ദ ധരിച്ച് മൈലാഞ്ചിയും സ്വർണ്ണവളകളുമണിഞ്ഞ് സന്തോഷവതിയായി ഉപദേശം തരികയും തമാശ പറയുകയും ചിരിപ്പിക്കുകയും ചെയ്യുന്ന ആമി എന്റെ ഓർമ്മയിൽ ഇന്നും ജീവിക്കുകയാണ്.

ഒരു കുട്ടിയുടെ കൗതുകത്തോടെ ഞാൻ അവരെ നോക്കിക്കാണുമ്പോൾ എന്റെ മൂർദ്ധാവിൽ അവരുടെ വിരലുകൾ ചരിക്കുന്നുണ്ടായിരുന്നു. നീണ്ട് മെലിഞ്ഞ് ഭംഗിയുള്ള ആ വിരൽ തുമ്പുകൾ ഞാൻ എന്റെ കണ്ണുകളിൽ ചേർത്തു വെച്ചു. അഞ്ചു പതിറ്റാണ്ടുകാലം സാഹിത്യലോകത്ത് സുഗന്ധം പരത്തിയ ആ പൂമരം ഇസ്‌ലാം സ്വീകരിച്ച ആദ്യ നാളുകളിലാണ് ഞാൻ നേരിട്ടു കാണുന്നത്. പിന്നീട് അവർ ജീവിച്ചിരുന്ന പത്തു വർഷ കാലയളവിൽ ആമിയെ കാണാൻ ഞാൻ ഏറെ ആഗ്രഹിച്ചിരുന്നു. ആ സമയത്ത് അവരുമായി ഫോണിൽ ബന്ധപ്പെടാൻ ഭാഗ്യമുണ്ടായി.

ഒരിക്കൽ സംഭാഷണ മദ്ധ്യേ നേരിട്ടു കാണണമെന്ന് ആഗ്രഹം പ്രകടിപ്പിച്ചു. പക്ഷേ, എറണാകുളം വരെ എത്തിയിട്ടും കടവന്ത്രയിൽ പോയി അവരെ കാണാൻ ചില കാരണങ്ങളാൽ അന്നെനിക്കു കഴിഞ്ഞില്ല. ആ കുറ്റബോധം എന്നെ ഇന്നും വേദനിപ്പിക്കുന്നു. അവർ കടവന്ത്രയിലെ 'റോയൽ സ്റ്റേഡിയം മാൻഷൻ' സിൽ താമസിച്ചിരുന്ന കാലയളവിൽ ഒന്നു പോയി കാണാമായിരുന്നു അല്ലേ? എന്റെ മിത്രങ്ങളും എന്നോട് ദുഃഖം പങ്ക് വെയ്ക്കുന്നു. 'സ്നേഹത്തെ പറ്റി പറഞ്ഞു മനസ്സിലാക്കുവാൻ ഒരു വിചിത്ര ഭാഷ ഞങ്ങൾക്ക് പ്രധാനം ചെയ്യണമെന്ന് ഞാൻ ദൈവത്തോട് അപേക്ഷിക്കുന്നു... എന്റെ സ്നേഹം കാട്ടുതേൻ പോലെയാണ്. അതിൽ വസന്തങ്ങൾ അലിഞ്ഞു ചേർന്നിരിക്കുന്നു'.... എഴുത്ത് നിറയെ സ്നേഹത്തിന്റെ ലോകം കൊണ്ട് വന്ന സുരയ്യയുടെ സ്നേഹമസൃണമായ വർത്തമാനം കൊച്ചിയിലെ ഫ്ളാറ്റിൽ നിന്ന് ഫോണിലൂടെ ഒഴുകിയെത്തുമ്പോഴൊക്കെ എറണാകുളവും കാസർകോട്ടും കൈയ്യെത്തും ദൂരം മാത്രമായി എനിക്ക് തോന്നിയിട്ടുണ്ട്. ആകർഷകവും അസാധാരണവുമായ ആ ശബ്ദം സാന്ത്വനമായിരുന്നു. സ്നേഹവും കാരുണ്യവുമാണ് അവരുടെ കൈമുതൽ. ഗഹനമായ വിഷയങ്ങൾ ലളിതമായ

രീതിയിൽ പറഞ്ഞു തരുമായിരുന്നു. കുസൃതി നിറഞ്ഞ കൊച്ചു കൊച്ചു വാക്കുകളിലൂടെയാണ് അവർ സംസാരിച്ചിരുന്നത്. ബാല്യത്തിന്റെ സ്മൃതി ചെപ്പുകൾ ഒന്നൊന്നായി തുറക്കുന്ന ആമിയുടെ കൊച്ചു കൊച്ചു കുസൃതികളും വികൃതികളും ആരെയാണ് മോഹിപ്പിക്കാതിരിക്കുക? ഡോക്ടർ, സുലോചന നാലപ്പാട് പ്രിയ ജ്യേഷ്ഠത്തിയെ ഓർത്തത് ഇങ്ങനെയാണ്. ഒരു കുട്ടിയുടെ മനസ്സായിരുന്നു ആമിയോപ്പുവിന്. ആ കുട്ടിത്തം ജീവിതത്തിന്റെ ഒരു ഘട്ടത്തിലും കൈമോശം വന്നില്ല. അതെ, വഴക്കിട്ടും ഓമനിച്ചും നിന്ന ഒരു കുട്ടിയുടെ മനസ്സായിരുന്നു വല്ലോ ആമിയുടേത്; തന്റേത് മാത്രമായി ഒരു സ്വതന്ത്ര്യ ബോധം അവരുടെ എല്ലാ പ്രവർത്തിയിലുമുണ്ടായിരുന്നു.

മാധവിക്കുട്ടി എന്ന എഴുത്തുകാരിയെയും ജീവിത മൂല്യങ്ങളോടു ള്ള അവരുടെ കാഴ്ച്ചപ്പാടിനെയും ഞാൻ വളരെയധികം ഇഷ്ടപ്പെ ട്ടിരുന്നു. അവരുമായുള്ള അടുപ്പം എന്റെ സ്വഭാവ രൂപത്തിൽ മാറ്റം വരുത്തി. സാമൂഹ്യ പ്രതിബദ്ധതയെ പറ്റി അവരിൽ നിന്ന് ഏറെ പഠിക്കാൻ കഴിഞ്ഞു. മാതൃത്വത്തിന്റെ വാൽത്സല്യം വിരിഞ്ഞാടി നിൽക്കുന്ന നിറഞ്ഞ സ്നേഹത്തോടെയുള്ള അവരുടെ ഉപദേശം ഇന്നും എനിക്ക് കരുത്ത് പകരുന്നു. ബാറ്ററി ചാർജ്ജ് ചെയ്യുന്നത് പോലെ ശക്തിയുടെ ആവാഹമായിരുന്നു അത്.

അകാരണമായ എതിർപ്പും വിദ്വേഷവും നേരിടുമ്പോൾ പ്രവാചക വചനങ്ങളെ ഉദ്ബോധനം ചെയ്തുകൊണ്ട് അവർ പറഞ്ഞു. 'ലാ തസ്രീബ അലൈകുമുൽ യൗം ഇദ്ഹബു....' ഇന്ന് നിങ്ങളോട് പ്ര തികാരമില്ല നിങ്ങൾ പോയിക്കൊള്ളുക.... എനിക്ക് എന്നും മൈത്രീ ബന്ധങ്ങൾ സ്ഥാപിച്ചെടുക്കാൻ എളുപ്പത്തിൽ കഴിഞ്ഞിരുന്നു, പക്ഷേ, അതിലും മിടുക്ക് ശത്രുക്കളെ സമ്പാദിക്കുവാനായിരുന്നു. ശത്രു ക്കൾ സീമയില്ലാത്ത സമുദ്രമാണ്. അവർ കഥകൾ ചമച്ച് അവയെ പ്രചരിപ്പിച്ച് എന്റെ ചുറ്റും ഒരു കറുത്ത പരിവേഷം സൃഷ്ടിക്കുന്നു.... അസത്യങ്ങൾ പ്രചരിപ്പിച്ചും മിത്രങ്ങളെ സംശയാലുക്കളും ശത്രുക്ക ളുമാക്കി മാറ്റുവാൻ ഇവിടെയുള്ളവർക്ക് അസാമാന്യമായ കഴിവുണ്ട്. അവരുടെ വിഷലിപ്തങ്ങളായ വചനങ്ങൾക്ക് മുമ്പിൽ ഞാൻ തല താഴ്ത്തുന്നു.

> സുരയ്യയ്ക്ക് ചെറുതാകാൻ വയ്യ. അങ്ങനെയൊന്നും ശീലിച്ചിട്ടുമില്ല. സ്നേഹിക്കുന്നവരെ ഞാൻ ഇവിടെ യുണ്ടാകും. എത്ര തന്നെ ദാനം ചെയ്താലും പിന്നെയും പെരുകിക്കൂടുന്ന സ്നേഹവുമായി സുരയ്യ ഇവിടെയുണ്ടാ വും. സ്നേഹമാണ് എന്റെ സകാത്ത്.

(ഈ ജീവിതം കൊണ്ട് ഇത്ര മാത്രം)

> ഈ അവാർഡുകളൊക്കെയല്ലെ അവർക്ക് വേണ്ടെന്ന് വെക്കാൻ പറ്റൂ. എന്നെ പല വിദേശ യൂണിവേഴ്സിറ്റികളും പ്രസംഗിക്കാൻ ക്ഷണിക്കാറുണ്ട്. നല്ല സംസ്കാരമുള്ള ആളുകൾ അതൊന്നും ഇല്ലാതാക്കാൻ ഇവർ വിചാരിച്ചാൽ കഴിയില്ലല്ലോ. അല്ലെ?
>
> (കമലാ സുരയ്യ സംസാരിക്കുന്നു)

1984, നോബൽ സമ്മാനത്തിന് വരെ പരിഗണിക്കപ്പെട്ട മാധവിക്കുട്ടിയെന്ന എഴുത്തുകാരിക്ക് പിന്നീട് അർഹമായ അംഗീകാരങ്ങൾ ഒന്നും ലഭിച്ചിരുന്നില്ല. അത് മാധവിക്കുട്ടിയുടെ നഷ്ടമല്ല. ലഭിക്കാതെ പോയ അവാർഡുകളുടെ നഷ്ടമായിട്ടാണ് അവരെ സ്നേഹിക്കുന്നവർ കണക്കാക്കുന്നത്. മാധവിക്കുട്ടിയുടെ എഴുത്ത് പോലെ, പറച്ചില് പോലെ, പ്രകോപനമാണ് പ്രവർത്തിയെന്ന വിമർശനം നേരിട്ടപ്പോഴും തന്റെ നിലപാടിൽ ഉറച്ച് നിൽക്കുകയായിരുന്നു അവർ. വിവാദങ്ങൾക്ക് ചെവി കൊടുക്കാതെ തന്റെ സത്യസന്ധവും നിഷ്കളങ്കവുമായ ശൈലിയിൽ സധൈര്യം എഴുതുകയും സംസാരിക്കുകയും ചെയ്തു.

തന്റെ രചനകളിലൂടെ സത്യത്തിന്റെ സ്ഫോടക ശേഷി മലയാളികൾക്ക് കാണിച്ച് തന്നു കൊണ്ട് എഴുത്തിന്റെ സർഗ്ഗധൈര്യം എന്ന് അറിയപ്പെട്ടു.

നീർമാതളം പൂത്തകാലം, ബാല്യകാല സ്മരണകൾ, വർഷങ്ങൾക്ക് മുമ്പ് വിഷാദം പൂക്കുന്ന മരങ്ങൾ, ഒറ്റയടിപ്പാത, തുടങ്ങി ഒട്ടേറെ ചന്ദനം മണക്കുന്ന സാഹിത്യ രചനകളിലൂടെ മലയാളി മനസ്സിൽ പെയ്തിറങ്ങിയ സ്നേഹ മഴയായിരുന്നു മാധവിക്കുട്ടിയെന്ന കമലാ സുരയ്യ.

> "നീർമാതളം പൂക്കുന്നത് കേവലം ഒരാഴ്ച്ച കാലത്തിന് വേണ്ടിയാണ്. പുതുമഴയുടെ സുഗന്ധം മണ്ണിൽ നിന്ന് ഉയർന്നാൽ നീർമാതളം പൂക്കാറായി എന്ന് വിചാരിക്കാം. പൂക്കൾ വന്ന് നിറഞ്ഞാൽ ഇലകൾ കൊഴിയുകയും ചെയ്യും."
>
> (നീർമാതളം പൂത്തകാലം)

കമലാ സുരയ്യ പറയുന്ന വാചകങ്ങളിലൂടെ, കവിതകളിലൂടെ, കഥകളിലൂടെ, അനുഭവങ്ങളിലൂടെയൊക്കെയും സ്നേഹം വിതറിക്കൊണ്ട് അത്ഭുത പ്രപഞ്ചത്തിലേക്ക് നമ്മെ നയിക്കുന്നു.

കമലാ സുരയ്യയുടെ ഭാഷ സൗന്ദര്യമുള്ള പദസമ്പത്താൽ അനുഗ്രഹീതമാണ്. സുഗതകുമാരി ടീച്ചർ രേഖപ്പെടുത്തിയത് പോലെ

കമല സാഹിത്യ ലോകത്തേക്ക് തന്നെ സൗന്ദര്യമായിരുന്നു. രൂപ സൗന്ദര്യം ഭാവ സൗന്ദര്യം വാക്ക് സൗന്ദര്യം ഈ സൗന്ദര്യങ്ങളുടെ ധാരാളിത്തത്തിൽ മുങ്ങിക്കൊണ്ട് അരനൂറ്റാണ്ട് കാലം സാഹിത്യ ലോകത്ത് തിളങ്ങിനിന്നു.

നിരവധി വിദേശ സർവകലാശാലകളിലെ വിസിറ്റിംഗ് പ്രൊഫ സാറായിരുന്നു ആമി. അറുപതോളം വെബ് സൈറ്റുകളിൽ നിറഞ്ഞു നിന്നിരുന്നു. മൊഴിമാറ്റം ചെയ്യപ്പെട്ട എന്റെ കഥ ജപ്പാൻ യൂണി വേഴ്സിറ്റിയുടെ പാഠപുസ്തകമാണ്. കാലം ജീനിയസിന്റെ പദവി മുദ്രകൾ നൽകി അംഗീകരിച്ച ഈ എഴുത്തുകാരിയുടെ കൃതികൾ ഒട്ടുമിക്ക ഭാഷകളിലും വിവർത്തനം ചെയ്യപ്പെട്ടിട്ടുണ്ട്. ഇന്ത്യൻ സാഹിത്യത്തിൽ മുഴങ്ങിക്കേട്ട ആത്മാർത്ഥമായ ശബ്ദമായിരുന്നു മാധവിക്കുട്ടിയുടെ രചനകൾ. ജീവിതത്തിലുടനീളം പ്രതിഭയുടെ പ്രകാശം പരത്തി വർഷങ്ങളോളം പറഞ്ഞാൽ തീരാത്ത കഥകൾ അവശേഷിപ്പിച്ച് മണ്ണിൽ നിന്ന് വിണ്ണിലേക്ക് ആ നക്ഷത്രം പറന്നു യർന്നു ആ സ്നേഹ വസന്തം അവസാനിച്ചു.

2007-ൽ പൂനയിലേക്ക് യാത്ര തിരിച്ച ശേഷം അവരെ പറ്റിയൊ ന്നും അറിയാൻ കഴിഞ്ഞിരുന്നില്ല. രോഗം മൂർഛിച്ച് ആശുപത്രിയി ലാണെന്ന് പത്രവാർത്തയിലൂടെ അറിഞ്ഞപ്പോൾ കമലാ സുരയ്യയുടെ മൂത്ത ജ്യേഷ്ഠൻ ഡോ. മോഹൻദാസിന്റെ മകൾ ബാലാമണിയുടെ ഫോണിൽ ബന്ധപ്പെട്ടുകൊണ്ടാണ് അവരുടെ ആരോഗ്യനിലയെ പറ്റി ഞാൻ അറിഞ്ഞത്. സുഖം പ്രാപിച്ച ഉടനെ കേരളത്തിൽ തിരിച്ചെത്തുമെന്ന പ്രതീക്ഷയിൽ കഴിയുമ്പോഴാണ് അവരുടെ മരണവാർത്ത.

കമലാ സുരയ്യ ഓർമ്മയായിരിക്കുന്നുവെന്ന യാഥാർത്ഥ്യം അംഗീ കരിക്കാൻ കഴിയാതെ സ്തബ്ധയായിപ്പോയ നിമിഷം! ഒരു തണൽ വെട്ടിമാറ്റിയതു പോലെ. ഒരു ശൂന്യത, ആ ശ്രേഷ്ഠ വനിതയുടെ വേർപാട് എന്നിൽ ഏൽപ്പിച്ച വേദന വളരെ വലുതായിരുന്നു. 'നാലപ്പാട് മുറ്റത്ത് കളിച്ചു വളർന്ന മാധവിക്കുട്ടി ജുമാ മസ്ജിദിലെ ഖബർ സ്ഥാനിൽ അല്ലാഹുവിന്റെ മഹത്വം വിളംബരം ചെയ്യുന്ന പ്രഘോഷങ്ങൾക്കിടയിൽ തന്റെ ലോക ചരിതം അവസാനിപ്പിക്കു ന്നത് കാണാൻ ചരിത്രത്തിലെ ഒരത്യപൂർവ്വത പോലെ ആയിരങ്ങൾ വിതുമ്പി നിൽക്കുന്നിടത്ത് അവർ കാലപദത്തിൽ അലിഞ്ഞു ചേർന്നു. വിശ്രുതമായ മറ്റൊരു മഹാ സന്ദേശമായി മസ്ജിദിന്റെ പവിത്രാന്ത രീക്ഷത്തിൽ അക്ഷരമില്ലാത്ത ഭാഷയിൽ ചിട്ടപ്പെടുത്തിയ ആ മഹാ സന്ദേശം പ്രതിധ്വനിക്കുകയാണ് ഇപ്പോഴും.' (സഫലമീയാത്ര) ദുഃഖ സാന്ദ്രമായ അന്തരീക്ഷത്തിൽ ഖബറടക്കത്തിനു ശേഷം.

തിരുവനന്തപുരം പാളയം ജുമാ മസ്ജിദിന്റെ പരിസരത്ത് ചെഞ്ചായപ്പൂക്കൾ വിരിച്ച വാകമരത്തണലിൽ നിത്യ വിശ്രാന്തി പൂകിയ ആമിയുടെ ഖബറിന്റെ സമീപത്ത് നിന്ന് ഞാൻ വിളിച്ചു. അസ്സലാമു അലൈക്കും ആമിത്താത്ത. താങ്കളുടെ വാത്സല്യഭാജന മായ ഫാത്തിമയാണിത്. അന്നൊരിക്കൽ ഞാൻ ചോദിച്ചു. ഞാൻ ആമിത്താത്തയുടെ ശിഷ്യ ആകുന്നത് ഇഷ്ടമാണോ എന്ന്, അന്ന് താങ്കൾ പറഞ്ഞ മറുപടി. എപ്പോഴെ കുട്ടി എന്റെ വാത്സല്യ ഭാജനമായ ശിഷ്യയായില്ലേ എന്നായിരുന്നു. നമ്മൾ തമ്മിൽ ഗുരുശിഷ്യ ബന്ധ മായിരുന്നുവല്ലോ. അഗാധമായ ആ ബന്ധം സ്നേഹമായി വളർന്ന് ഒരിക്കലും മായാതെ എന്റെ ഓർമ്മയിൽ അവശേഷിക്കുന്നു. എല്ലായി പ്പോഴും എന്റെ മനം നിറയെ ആമിയുടെ ചിന്തകളുടെ ഉദ്ധരണികൾ കൊണ്ട് നിറയുന്നു. താങ്കളുടെ മഖ്ഫിറത്തിന് വേണ്ടി അല്ലാഹുവി നോട് പ്രാർത്ഥിക്കുന്നു.

വ അദ്ഖിൽ ഹുദാറൻ ഖൈറൻ മിൻ ദാരിഹി അവന്റെ ഭവന ത്തേക്കാൾ നല്ല ഭവനത്തിൽ അവനെ പ്രവേശിപ്പിക്കേണമേ... വ അഹ്ലൻ ഖൈറൻ മിൻ അഹ്ലിഹി അവന്റെ കുടുംബത്തേക്കാൾ ശ്രേഷ്ഠമായ കുടുംബം അവന് നൽകേണമേ... വസൗജൻ ഖൈറൻ മിൻ സൗജിഹി.

അവന്റെ (അവളുടെ) ഇണയേക്കാൾ നല്ല ഇണയെ നൽകേണമേ. വ അഗ്സിൽ ഹുബിൽ മാഇ വസ്സൽജി വൽ ബർദി, ഈ ആത്മാവിനെ വെള്ളം കൊണ്ടും മഞ്ഞുതുള്ളി കൊണ്ടും ആലിപ്പഴ വർഷം കൊണ്ടും നീ കഴുകി ശുദ്ധീകരിക്കേണമേ... താങ്കൾക്ക് ഏറെ ഇഷ്ടമുള്ള അന്ത്യ പ്രാർത്ഥന അല്ലാഹു സ്വീകരിക്കട്ടെ.

വാകയും മഹാഗണിയും തണൽ വിരിച്ച ഖബർ സ്ഥാനിൽ നിന്ന് നോവുന്ന ഹൃദയത്തോടെ ഞാൻ മെല്ലെ വിടപറഞ്ഞു. ആമിത്താത്ത വിട.

കമലാ സുരയ്യ വിട പറഞ്ഞ ദിവസം

2009 മെയ് മാസത്തിലെ അവസാനത്തെ പുലർക്കാലം, ഈ പുലർക്കാലത്ത് ആകാശ ലോകങ്ങളിലേക്ക് ഒരു പ്രകാശ രൂപമായി സുരയ്യ എന്ന നക്ഷത്രം പറന്നുയർന്നിരിക്കുന്നു!

ആമിയുടെ മരണ വാർത്ത കേട്ട് ഞാൻ കരഞ്ഞില്ല. ആമി മരിച്ചതായി എനിക്ക് തോന്നിയില്ല. കാരണം അവരുടെ പൂർവ്വ കാല ദൃശ്യങ്ങൾ ചാനലുകൾ സംപ്രേഷണം ചെയിതു കൊണ്ടിരുന്നു. എല്ലാ ചാനലുകളിലും ആമിയുടെ ചിരിക്കുന്ന മുഖം പല ഭാവങ്ങളിലും മിന്നി മറഞ്ഞു.

ആമിയെ കാണുമ്പോഴൊക്കെ എന്റെ മനസ്സിന് ഇരട്ടി ശക്തി ലഭിക്കുന്നത് സ്വഭാവികമാണ്.! എത്ര കണ്ടാലും മതി വരാത്ത ആമിയുടെ മുഖം ചാനലുകൾ മാറി മാറി സംപ്രേഷണം ചെയ്യുന്നത് ഞാൻ നിർനിമേഷം നോക്കി നിന്നു. ആമിയെ കാണുന്നതിനുള്ള ആസക്തി വർദ്ധിച്ചു വന്നപ്പോൾ എന്റെ ഉള്ളൊന്ന് നടുങ്ങി. ആമി ഇനി ഇല്ല. അവർ ഈ ലോകത്തോട് വിട പറഞ്ഞിരിക്കുന്നു. എന്റെ കണ്ണുകളിൽ ഇരുട്ട് കയറി ശരീരം തളരുന്നത് പോലെ.. ഒരു ശൂന്യതാ ബോധം എന്റെ മനസ്സിനെ പിടികൂടി ഒരുശ്വാസത്തിനെന്നവണ്ണം ചാനലിൽ അഭിമുഖ സംഭാഷണം നടത്തുന്ന ആമിയുടെ മുഖത്തേക്ക് ഒന്നുകൂടി ഞാൻ നോക്കി. ഇനി ഇല്ല, നികത്താൻ കഴിയാത്ത വലിയൊരു നഷ്ടം സംഭവിച്ചു കഴിഞ്ഞിരിക്കുന്നു. എന്നാലും എന്റെ മനസ്സ് അംഗീകരിക്കുവാൻ തയ്യാറാകുന്നില്ല ആ നിമിഷം!!! ആമിയെ തൊടണമെന്നും ചുംബിക്കണമെന്നും എന്റെ മനസ്സ് കൊതിച്ചു, അങ്ങ് അകലെ പൂനെ ജഹാംഗീർ ആശുപത്രിയിൽ ആമിയുടെ നിശ്ചലമായ ശരീരം. ഇവിടെ നിശബ്ദതയോടെ ഏകാകിനിയായി ഞാൻ

മരവിച്ചിരിക്കുന്നു. ഞാൻ കണ്ണുകളടച്ച് സോഫയിൽ ചാരി ഇരുന്നു.

അക്ഷരാർത്ഥത്തിൽ ഞാൻ തനിച്ചായിരുന്നു. എന്റെ ഭർത്താവ് മുംബൈക്കുള്ള യാത്രയിലാണ്. മകൻ എറണാകുളത്തും. ഞാൻ കട്ടിലിൽ കയറി കിടന്നു. തലയണയിൽ മുഖം അമർത്തി എന്റെ ഹൃദയ വ്യഥയെ നിയന്ത്രിക്കുവാൻ കഠിന ശ്രമം നടത്തി കൊണ്ടിരുന്നു. അറിയാതെ ഞാൻ അബോധാവസ്ഥയിലായി. എന്റെ കാതിൽ മധുരമായ ശബ്ദം. കുട്ടി എന്തിനാ ഇത്ര വിഷമിക്കണെ കുട്ടിയുടെ കടമ മറക്കരുത് ഭർത്താവിനെ സ്നേഹിക്കു........ മകനെ ശ്രദ്ധിക്കു! കുട്ടി വിഷമിക്കരുത് ട്ടോ.

എന്റെ അടഞ്ഞ കൺ പോളകളിൽ ചുമരിനോളം വലിപ്പമുള്ള ആമിയുടെ ചിരിക്കുന്ന മുഖമുള്ള പടം ഞാൻ കാണുന്നു. ഉടനെ അർദ്ധ ബോധത്തോടെ ഞാൻ തല ഉയർത്തി ചുറ്റും നോക്കി ആരാണ് എന്നോട് സംസാരിച്ചത്? ആ വലിയ പടം എവിടെ? മുറിയിലാകെ ഇരുട്ട് വ്യാപിച്ചിരിക്കുന്നു. ഒന്നും കാണാൻ കഴിയുന്നില്ല. എന്റെ തലയണക്കടിയിൽ സൂക്ഷിച്ചിരുന്ന മൊബൈൽ ഫോൺ തപ്പിപിടിച്ചു. സമയം നോക്കി രാത്രി എട്ടുമണി കഴിഞ്ഞിരിക്കുന്നു.

നീണ്ട പത്ത് മണിക്കൂർ ഞാൻ അബോധാവസ്ഥയിലായിരുന്നുവെന്ന് ബോധ്യമായി. മൊബൈൽ ഫോണിൽ ധാരാളം മിസ്ഡ് കോളുകൾ ഉണ്ടായിരുന്നു. ആരൊക്കെ കോളിംഗ് ബെല്ല് അടിച്ചു തിരിച്ചു പോയെന്ന് യാതൊരു നിശ്ചയവുമില്ല. അപ്പുറത്തെ മുറിയിൽ ഓൺ ചെയ്തു വെച്ച ടിവി ചാനലിൽ പ്രശസ്തർ ആമിയെ പറ്റി സംസാരിച്ചു കൊണ്ടിരുന്നു.

നാളെ പുലർച്ചെ ബോഡി കേരളത്തിൽ കൊണ്ട് വരുമെന്ന വാർത്ത നേർത്ത സ്വരത്തിൽ ഞാൻ കേട്ടു. എന്റെ തളർച്ച കൂടിക്കൂടി വന്നു. ആമി മടങ്ങി പോയെന്ന് എന്റെ മനസ്സ് സമ്മതിച്ചു തരുന്നതേ ഇല്ല.

നീണ്ട മയക്കത്തിൽ ഞാൻ കണ്ട കിനാവിൽ നിറഞ്ഞു നിന്നത് ആമിയുടെ മുഖമായിരുന്നു. അവരുടെ മധുരിതമായ ശബ്ദമായിരുന്നു കേട്ടത്.!! വൈദ്യുതി നിലച്ചു. മേശപ്പുറത്ത് മെഴുകുതിരി കത്തിച്ചുവെച്ചില്ല. ഇരുട്ടിൽ ഞാൻ തനിച്ചിരുന്നു.

പത്രത്തിൽ ജോലി ചെയ്യുന്ന ഒരു സുഹൃത്ത് മൊബൈലിലേക്ക് വിളിച്ചു. ഇന്ന് പലതവണ വിളിച്ചതായി അദ്ദേഹം പരാതിപ്പെട്ടു. എന്തു പറ്റി? കമലാ സുരയ്യയെ പറ്റി ആർട്ടിക്കിൾ എഴുതുന്നോ? അദ്ദേഹം ചോദിച്ചു. ഞാൻ പറഞ്ഞു എനിക്ക് സാധിക്കുമെന്ന് തോന്നുന്നില്ല, എന്റെ ദുഃഖം നിറഞ്ഞ ഇടറിയ ശബ്ദം അദ്ദേഹത്തെ നിരാശനാക്കി

എന്ന് തോന്നുന്നു. ശ്രമിക്കു ഞാൻ വിളിക്കാം അദ്ദേഹം ഫോൺ വെച്ചു.

വൈദ്യുതി തിരിച്ചു വന്നു ലൈറ്റുകൾ പ്രകാശിച്ചു. ഞാൻ അംഗശുദ്ധി വരുത്തി നിസ്കാരത്തിൽ ഏർപ്പെട്ടു. വിശ്വകഥാകാരി സ്വന്തം ജന്മനാടിനോട് വിട ചെല്ലിയ നാളുകളെ ഞാൻ ഓർത്തു.

"കണ്ണീരോടെയല്ലാതെ എനിക്ക് ഇവിടം വിട്ട് പോകാൻ സാധിക്കുകയില്ല. പക്ഷേ, പോകണം കൊച്ചിക്കും സ്വർഗത്തിനും നടുവിൽ ഒരു ഇടത്താവളമായിരിക്കും പൂനെ".

വിദൂര നാട്ടിൽ ആദിവ്യാധികൾ നിറഞ്ഞ കുറേ നാളുകൾ, ഒന്നര മാസത്തോളം ജഹാംഗീർ ആശുപത്രിയിലെ തീവ്ര പരിചരണത്തിൽ, ഒടുവിൽ ഈ രാത്രി നിശ്ചലമായ ഭൗതീക ശരീരം മുംബൈ മലയാള സമാജത്തിൽ.

നിസ്ക്കാരാനന്തരം പ്രാർത്ഥന വേളയിൽ എന്റെ കണ്ണുകൾ നിറഞ്ഞൊഴുകി. ആമിയെ കണ്ടു എന്റെ കൊതി തീർന്നിരുന്നില്ല. ദ്രുതിയിൽ ഞാൻ ടിവിയുടെ മുന്നിലെത്തി എല്ലാം മറന്ന് ചാനലുകൾ മാറി മാറി കൺനിറയെ ആമിയുടെ പടങ്ങൾ കണ്ടു. അവരുടെ ഭാഷണങ്ങൾ കേട്ടിരുന്നു, അപ്പോഴേക്ക് ഓർമ്മക്കൾ എന്നെ വർഷങ്ങൾ പിന്നിലേക്ക് നയിച്ചു.

ആമിയെ സ്നേഹിച്ചു തുടങ്ങിയത് എപ്പോഴാണെന്ന് ഞാൻ എന്നോട് തന്നെ ചോദിച്ചു. എന്റെ കുട്ടിക്കാലത്ത് മുസ്ലിം പെൺക്കുട്ടികൾക്ക് എഴുത്തിനും വായനക്കും നിയന്ത്രണങ്ങൾ ഉണ്ടായിരുന്ന കാലം. പക്ഷേ, എന്റെ അമ്മാവൻമാർ വായനാശീലങ്ങൾ ഉള്ളവരും പരിഷ്ക്കാരികളുമായത് കൊണ്ട് തറവാട്ടിൽ വായിക്കാനുള്ള അവസരങ്ങൾ ധാരാളമുണ്ടായിരുന്നു. മുതിർന്നവരുടെ ശകാരങ്ങൾ കേട്ടിരുന്നുവെങ്കിലും കൈയ്യിൽ കിട്ടിയതെന്തും വായിച്ചു രസിക്കുന്ന കാലം! മാധവിക്കുട്ടിയെ പറ്റി അച്ചടിച്ചു വരുന്ന ആനുകാലിക പ്രസിദ്ധീകരണങ്ങൾ എല്ലാം ഞാൻ തിരഞ്ഞു പിടിച്ചു വായിച്ചു. പതുക്കെ അവരുടെ കൃതികളും.

ബാല്യകാല സ്മരണകൾ, നീർമാതളം പൂത്തകാലം എന്നിങ്ങനെയുള്ള പൂർവ്വ സ്മൃതികൾ നിറയുന്ന കൃതികൾ വായിക്കുമ്പോൾ അതിൽ എവിടെയോ ഞാൻ ഉണ്ടായിരുന്നു. ആ വായനയിൽ നിന്ന് സ്നേഹത്തിന്റെ സാമ്രാജ്യത്തിലെ രാജകുമാരിയെ ഞാൻ സ്നേഹിച്ചു തുടങ്ങി. ആമി ശ്രീകൃഷ്ണനെ സങ്കൽപിക്കുന്നത് പോലെ ഞാൻ ആമിയെ സ്വപ്നം കണ്ടു. കമലാ സുരയ്യയുടെ ഭാഷയിൽ പറഞ്ഞാൽ എന്റെ രക്ത ധമനികളിൽ നൗകയായി ആ മഹാചൈതന്യം സഞ്ചരിച്ചു!!

മാധവിക്കുട്ടിയുടെ ആത്മകഥയായ എന്റെ കഥ എന്ന പുസ്തകത്തിന്റെ പുറം ചട്ടയിലെ ആമിയുടെ പടം ഏതോ ഒരു മാസികയിൽ നിന്ന് വെട്ടി എടുത്ത് സൂക്ഷിച്ചുവെച്ചത് ഞാനോർത്തു. ആ പടം നോക്കി എന്റെ മിത്രങ്ങൾ പറയുമായിരുന്നു നിനക്ക് ആമിയുടെ ഛായയാണെന്ന്. എന്റെ മൊബൈൽ ഫോണിൽ സൂക്ഷിച്ചിരുന്ന ആമിയുടെ ഫോട്ടോയും നോക്കി പ്രഭാതം വരെ ഞാനിരുന്നു.

തിരുവനന്തപുരം പാളയം പള്ളിയുടെ പവിത്രമായ അന്തരീക്ഷത്തിൽ ഗുൽമോഹറിന്റെ തണലിൽ അന്ത്യ വിശ്രമത്തിനായി മലയാളത്തിന്റെ പ്രിയങ്കരിയായ എഴുത്തുകാരി കമലാ സുരയ്യയുടെ ഭൗതിക ശരീരം കേരളത്തിലെത്തുന്നു. മരിച്ചു കിടക്കുന്ന ആമിയുടെ തണുത്ത മുഖം ഒരു നോക്കു കാണാൻ എനിക്കാകുമോ? അതിനുള്ള ശക്തി എനിക്കു ലഭിക്കുമോ? എന്റെ സർവ്വ നിയന്ത്രണങ്ങളും കൈവിട്ടു പോകുമെന്ന് തോന്നിയ നിമിഷം. കരച്ചിലടക്കുവാൻ ഞാൻ ഏറെ പാട് പെട്ടു.

പ്രഭാത പ്രാർത്ഥനയ്ക്കൊരുങ്ങുന്ന എന്റെ കണ്ഠമിടറി. സ്വകാര്യമായി ദൈവത്തോട് മന്ത്രിച്ചും പ്രാർത്ഥിച്ചും മനസ്സിനെ ബലപ്പെടുത്തി. എല്ലായ്പ്പോഴും എന്റെ ആത്മാവിൽ കൊണ്ട് നടക്കുന്ന ആമിയുടെ സുന്ദരമായ മുഖം ദർശിക്കാൻ എനിക്ക് ശക്തി നൽകണമേ, ജന്നാത്തുൽ ഫിർദൗസിലെ പൂന്തോപ്പിൽ പല വർണ്ണങ്ങളാൽ പുഷ്പ വൃഷ്ടി ചെയ്യുന്ന പൂമരങ്ങൾക്ക് താഴെ എനിക്കും ആമിക്കും കൂടികാഴ്ച്ചയ്ക്ക് ഒരിടം നൽകണമേ...

തലസ്ഥാന നഗരിയിൽ രണ്ടു നാൾ

വരും വരായ്കകൾക്ക് ജീവിതത്തിന്റെ ലക്ഷ്യത്തിൽ എത്രമാത്രം സ്വാധീനം ചെലുത്താനാവും എന്ന് ആരും ഓർത്ത് വെയ്ക്കാറില്ല. രംഗബോധമില്ലാത്ത കോമാളിയാണ് മരണം എന്ന് ആരാണ് പറഞ്ഞത്..? നിത്യയൗവ്വനത്തിന്റെ തീക്ഷ്ണതയിൽ വിരാചിക്കുമ്പോഴും അർത്ഥഗ്രുഢമായ വചനങ്ങൾക്ക് ചിലപ്പോഴെങ്കിലും കാതോർക്കേണ്ടി വരുന്നു.

ഇത് തീക്ഷ്ണമായ ഗ്രീഷ്മ മാസമാണ് ഊഷ്മളമായ ഒരു പകൽയാത്രയ്ക്കൊടുവിൽ മേടമാസ സൂര്യൻ എരിഞ്ഞമരുന്ന ഒരു സായം സന്ധ്യയിലാണ് സംസ്ഥാനത്തിന്റെ തലസ്ഥാന നഗരിയിൽ ഞാൻ എത്തുന്നത്.

അക്ഷരലോകത്തിന്റെ മുത്ത് കമലാ സുരയ്യ എന്ന ആമിയെ കാണുക എന്നതായിരുന്നു എന്റെ ആഗമന ഉദ്ദേശം. അനന്തപുരിയുടെ നഗരത്തിൽ ആമിയുടെ വിശ്രമ സ്ഥലം തേടി രണ്ടാം തവണയാണ് ഞാനിവിടെ എത്തുന്നത്.

എന്റെ പ്രിയപ്പെട്ട ആമിയെ കാണാൻ വീർപ്പുമുട്ടുന്ന മനസ്സുമായി ഈ നഗരത്തിലെത്തിയിട്ട് ഇത് മൂന്നാമത്തെ രാത്രിയാണ്. നഗരത്തിലെ ഏഴ് മലകൾ എന്നർത്ഥമുള്ള മനോഹരമായ കെട്ടിടത്തിൽ 604-ാമത്തെ മുറിയിൽ ഈ രാത്രി അവസാനിക്കുമ്പോൾ ഞാൻ ഈ നഗരത്തോട് യാത്ര പറയും. യാത്ര പറച്ചിലിന്റെ പ്രഭാതത്തിലേക്ക് മണിക്കൂറുകൾ മാത്രമേ അവശേഷിക്കുന്നുള്ളൂ.

ഈ നഗരത്തിൽ കഴിഞ്ഞ രണ്ട് രാപ്പകലുകൾ എന്നെ സംബന്ധിച്ചിടത്തോളം ഏറെ അസ്വസ്ഥത നിറഞ്ഞതായിരുന്നു. ഈ രാത്രി

എങ്ങനെ കഴിഞ്ഞുകൂട്ടുമെന്നതിനെ പറ്റി യാതൊരു നിശ്ചയവുമുണ്ടായിരുന്നില്ല. കഴിഞ്ഞ രണ്ടു ദിനങ്ങളെ അപേക്ഷിച്ചു ഈ രാത്രിയും ഉറക്കം വരാതെ അസഹ്യവും വേദനാജനകവുമാകുമോ എന്ന വിചാരം എന്റെ മനസ്സിനെ അലട്ടിക്കൊണ്ടിരുന്നു.

നിരാശയിൽ മുങ്ങിയ ഒരു മടക്ക യാത്രയെപ്പറ്റി ആലോചിക്കാൻ പോലും കഴിയുമായിരുന്നില്ല! ആകുല ചിന്തകളിൽ ആമഗ്നയായി കിടന്ന ഞാൻ ഉറങ്ങിപ്പോയി,

അർദ്ധനിദ്രയിൽ മയങ്ങിയ എന്റെ അരികെ ഒരേ കട്ടിലിൽ ആമി കിടക്കുന്നതായി ഞാൻ സ്വപ്നം കണ്ടു! സ്നേഹാർദ്രമായ ഹൃദയത്തിന്റെ മർമ്മരം ശ്രവിച്ചു ആമിയുടെ അനുഗ്രഹാശ്ലേഷത്തിൽ ഞാൻ അലിഞ്ഞു! ഈ നഗരത്തിൽ രണ്ട് രാപകലുകൾ, "ആമിയുടെ അഭാവം" എന്നിലുണ്ടാക്കിയ കടുത്ത നിരാശയെ പറ്റി ആമിയുടെ കൈത്തടം ഗ്രഹിച്ചു ഞാനിങ്ങനെ വിവരിച്ചുകൊണ്ടിരുന്നു,

ആമിയുടെ സാമീപ്യം മാത്രം കൊതിച്ചാണ് ഞാനീ നഗരത്തിൽ വന്നത്. കത്തുകൾ മുഖേനയും നേരിട്ടും എന്റെ മനസ്സിലുള്ളതത്രയും ആമിയോട് മാത്രമേ പങ്കു വെച്ചിട്ടുള്ളൂ, അതുകൊണ്ട് തന്നെ എന്റെ ആഗമന ഉദ്ദേശ്യം എന്താണെന്നും എന്റെ മനസ്സിന്റെ വ്യഥയുടെ വ്യാപ്തി എത്രയാണെന്നും ആമിക്ക് ഉൾക്കൊള്ളാനാകുമെന്ന് ഞാൻ വിചാരിക്കുന്നു.

ആമി അനന്തതയിൽ ലയിച്ചു കഴിഞ്ഞുവെന്ന യാഥാർത്ഥ്യം എന്റെ മനസ്സിനെ അംഗീകരിപ്പിക്കുവാൻ ഇനിയും എനിക്ക് കഴിഞ്ഞിട്ടില്ല.

ആമിയുടെ ശക്തമായ ആ വേർപ്പാടിന് ശേഷമാണ് എന്റെ മനസ്സ് നിറയെ ആമിയായിരുന്നുവെന്ന യാഥാർത്ഥ്യം ഞാൻ തിരിച്ചറിയുന്നത്. ആമിയുടെ വിരഹം എന്റെ ഉള്ളിൽ വേദന പടർത്തുകയായിരുന്നു. എന്റെ സങ്കടങ്ങൾ പങ്കുവെക്കാൻ ആമിയുമായി ഇനി ഒരു കൂടിക്കാഴ്ച്ച ഉണ്ടാവുകയില്ല എന്നിരിക്കിലും വ്യക്തമായി ആമിയെ കാണാൻ എന്റെ മനസ്സ് വീണ്ടും വീണ്ടും ആശിച്ചു കൊണ്ടേ ഇരിക്കുന്നു.

ആമിയെ കാണുക എന്നത് എന്റെ മനസ്സിലുണ്ടാക്കിയ തിടുക്കം ഈ നഗരത്തിലേക്ക് എന്നെ കുതിപ്പിക്കുകയായിരുന്നു. സങ്കടക്കനൽ എരിയുന്ന എന്റെ ഹൃദയത്തിന് ഇങ്ങനെയൊരു യാത്രയിലൂടെ സാന്ത്വനം ലഭിക്കുമെന്ന യാതൊരു പ്രതീക്ഷയും ഉണ്ടായിരുന്നില്ല. പക്ഷേ, ഈ യാത്ര എന്നെ സംബന്ധിച്ചിടത്തോളം അനിവാര്യമാണ്. എന്നാൽ തലസ്ഥാന നഗരിയിലെത്തിയ ആദ്യരാത്രി

വേദനാജനകമായ കുറേ നിമിഷങ്ങളെ ഞാൻ അഭിമുഖീകരിച്ചു.

പ്രണയപൂർണ്ണിമയുടെ നിലാവ് അണഞ്ഞു പോയിരിക്കുന്നു. നീലാകാശത്തിൽ പോലും ഇരുട്ട് വ്യാപിച്ചിരിക്കുന്നു, ഈ നഗരം ഏകാന്ത ശൂന്യമായതുപോലെ? എന്റെ വിശ്രമ മുറിയിലിരുന്ന് നഗരത്തിന്റെ വിദൂരതയിലേക്ക് ഉറ്റു നോക്കുമ്പോഴൊക്കെ ആമിയുടെ വിരഹ വേദന പടർത്തുന്ന ദുഃഖ സാന്ദ്രമായ അന്തരീക്ഷത്തിൽ തലസ്ഥാന നഗരം മൗനം അവലംബിക്കുന്നതായി എനിക്ക് തോന്നി.

ശീതീകരിച്ച ഈ വലിയ മുറി ഭൂമിയിലെ ഏകാന്ത തടവറയായി അനുഭവപ്പെട്ടു. അനന്തപുരിയുടെ നഗരത്തിൽ ഞാൻ ഏകാകിനിയായിരിക്കുന്നുവോ? താങ്ങി നിന്നിരുന്ന മരം ജീർണ്ണിച്ചു പോയതിനാൽ നിരാലംബയായ വള്ളികൾ പോലെ ഞാൻ തളർന്നു പോയി.

ആമിയുടെ അഭാവത്തിൽ ഞാനിവിടെ തനിച്ചാണെന്നോർത്തപ്പോൾ എന്റെ സങ്കടങ്ങൾ ഇരട്ടിക്കുകയും കണ്ണുകളിൽ നോവിന്റെ നനവുകൾ പടരുകയും ചെയ്തു. തലസ്ഥാന നഗരിയിൽ ഞാൻ എത്തിയതിന്റെ പിറ്റേ ദിവസം ഒരു ഞായറാഴ്ചയായിരുന്നു. നഗരത്തിൽ വാഹനത്തിരക്കുണ്ടായിരുന്നില്ല. കടകളും ഓഫീസുകളും അടഞ്ഞു കിടക്കുന്നു, അന്നൊരു ഒഴിവ് ദിവസമായത് അനുഗ്രഹമായി തോന്നി.

സംസ്ഥാനത്തിന്റെ ഭരണ സിരാകേന്ദ്രമായ തലസ്ഥാന നഗരിയുടെ വിജനമായ പാതയിലൂടെ സ്വതന്ത്രമായി ഞാൻ സഞ്ചരിച്ചു. ആമി വിശേഷിപ്പിച്ചതു പോലെ തിരുവനന്തപുരം മനോഹരമാണ്. നിരവധി വർഷങ്ങൾ ആമി വസിച്ചതും ആമിക്ക് പ്രിയപ്പെട്ടതുമായ തിരുവനന്തപുരം ജില്ല എനിക്കും പ്രിയങ്കരമായിരിക്കുന്നു.

വർഷങ്ങൾക്ക് ശേഷം നിത്യ നിദ്രയ്ക്കായി ഈ നഗരത്തിലേക്ക് ആമി മടങ്ങി വന്നപ്പോൾ തിരുവനന്തപുരത്തെ ഞാൻ ഏറെ സ്നേഹിക്കുന്നു. ആമിയുടെ മതസൗഹാർദ്ദത്തിന്റെ സന്ദേശം തിരുവനന്തപുരത്തിന്റെ സൗന്ദര്യം വർദ്ധിപ്പിക്കുന്നു. തലസ്ഥാന നഗരം മതമൈത്രിയുടെ മനോരജക ഭൂമിയാണ്. അതുകൊണ്ട് തന്നെ നന്മകളാൽ സമ്പന്നമാണ്.

പ്രധാനപ്പെട്ട മൂന്ന് മത വിഭാഗങ്ങളുടെ ആരാധനാലയങ്ങൾ നഗരമധ്യത്തിൽ തികച്ചും ശാന്തമായ അന്തരീക്ഷത്തിൽ നിലകൊള്ളുകയാണ്. മനോഹരമായ മരത്തലപ്പുകൾക്കിടയിലൂടെ ഉയർന്നു നിൽക്കുന്ന ആരാധനാലയത്തോട് ചേർന്ന് കിടക്കുന്ന ആമിയുടെ ഖബറിടത്തിൽ ഞാൻ ചെന്നു. മസ്ജിദിന്റെ ശാന്ത സുന്ദരമായ അന്തരീക്ഷത്തിൽ പച്ചമരത്തണലിന്റെ കുളിർമ്മയിൽ ആമി ശാന്തമായി ഉറങ്ങുന്നു. വെളിച്ചവും സുഗന്ധവും മറഞ്ഞ മണ്ണിൽ നിമിഷങ്ങളോളം

നിർനിമേഷം ഞാൻ നോക്കി നിന്നു പരാവശ്യത്തോടെ ആമിയുടെ ഖബറിൽ പലതവണ ഞാൻ ചുംബിച്ചു.

ശോകാർദ്രമായ ആ നിമിഷങ്ങളിൽ നമ്മുടെ സമാഗമത്തിന്റെ നാളുകളെ ഓർത്ത് എന്റെ ഹൃദയം വേദനിക്കുന്നുണ്ടായിരുന്നു.

ആമി എന്നെ പിരിഞ്ഞ് വർഷങ്ങൾ കടന്നുപോയിരിക്കുന്നു. എന്നിരിക്കിലും ആ വേദന വിടാതെ എന്റെ ഉള്ളിൽ നിലനിൽക്കുന്നു.

ഡിസംബർ മാസത്തിലെ മഞ്ഞും കാറ്റും ഹിമതാപവുമുള്ള ഒരു സായം സന്ധ്യയിലാണല്ലോ അവസാനമായി നമ്മൾ കണ്ടു പിരിഞ്ഞത്. ആ നിമിഷം മുതൽ ആമിയെക്കുറിച്ചുള്ള ഓർമ്മകൾ എന്റെ മനസ്സിൽ നിന്ന് പിൻവാങ്ങിയിട്ടില്ല. ആ കൂടിക്കാഴ്ച്ച എനിക്ക് മറക്കാൻ കഴിയാത്ത ഒരു സുഗന്ധ അനുഭവമാണ്. നമ്മുടെ സമാഗമത്തിനു ശേഷം ട്രയിനിലായിരുന്നു എന്റെ മടക്കയാത്ര. യാത്രാ മദ്ധ്യേ വഴിയിൽ മഴ പെയ്യുന്നുണ്ടായിരുന്നു. മഞ്ഞും മഴയും കൂടെ യാത്ര ചെയ്യുന്ന വേളയിൽ ആമിയുമായുള്ള കൂടിക്കാഴ്ച്ചയുടെ മനോഹര ദൃശ്യങ്ങൾ എന്റെ മനസ്സു നിറയെ തെളിഞ്ഞു കൊണ്ടേയിരുന്നു.

സൗന്ദര്യമുള്ള ആ വലിയ മുറിയും ആമിയുടെ നിറ സാന്നിധ്യവും, സുഗന്ധ തൈലത്തിന്റെ ഗന്ധവും എല്ലാം എന്റെ സ്മൃതികളിൽ ഉദിച്ചു നിന്നു. എന്റെയും കുടുംബാംഗങ്ങളുടെയും ക്ഷേമം അന്വേഷിച്ചു യാത്ര സുഖമായിരുന്നോ എന്നാരാഞ്ഞു. തമാശ പറഞ്ഞും ഉപദേശം തന്നും വാചാലയായ ആമിയുടെ മനോഹര മുഖം എന്റെ ഓർമ്മയിൽ നിന്നു മറഞ്ഞു പോയതുമില്ല! ആ മാനസിക ചിത്രം എന്റെ ചിന്തകളെ ഇന്നും സജീവമാക്കിക്കൊണ്ടേയിരിക്കുന്നു.

മഞ്ഞും മഴയുമുള്ള ആ ഡിസംബറിനെ എല്ലാ വർഷവും വ്യർത്ഥമായി ഞാൻ പ്രതീക്ഷിക്കുന്നു. നഷ്ടപ്പെട്ട വസന്തത്തെ ഓർത്തു കണ്ണുകൾ ഈറനണിയുന്നു. കാലം എത്ര വേഗത്തിലാണ് കടന്നുപോയത്. ഋതുഭേദങ്ങൾ മാറി മാറി വന്നു. വേനലിന്റെ വരൾച്ചയും മഴയുടെ താളവും ശിശിരത്തിലെ തണുപ്പും ഞാൻ ശ്രദ്ധിച്ചതേയില്ല. ഓരോ ഋതുവിലും ആമിയെക്കുറിച്ചു മാത്രമായിരുന്നു എന്റെ ചിന്ത. എന്നിൽ നിക്ഷിപ്തമായ ഉത്തരവാതിത്വം നിർവ്വഹിക്കുവാനോ പൊതു മണ്ഡലങ്ങളിൽ കർമ്മ നിരതയാകാനോ താൽപര്യം തോന്നുന്നതേയില്ല.

വലിയൊരു നിഷ്ക്രിയത്വം എന്നെ ബാധിച്ചിരിക്കുന്നു. എന്റെ കർമ്മ മണ്ഡലങ്ങളിൽ ഞാൻ പരാജയപ്പെടുകയാണ്. ആമിയുടെ നാമധേയത്തിൽ സ്ഥാപിതമായ സംഘടനയ്ക്ക് വേണ്ടി മാത്രം പ്രവർത്തിക്കുന്നുവെന്ന ആക്ഷേപം എന്റെ നേരെ ഉയരുന്നു. എന്റെ ചില

മിത്രങ്ങൾ എന്റെ പ്രവൃർത്തിയെ വിചിത്രമായി ചിത്രീകരിക്കുന്നു. എനിക്ക് വലിയ സുഹൃത്ത് വലയം തന്നെയുണ്ട്. പക്ഷെ, എന്റെ മനസ്സിലുള്ളതത്രയും തുറന്നു പറയുവാൻ ആമിയെ പോലെ എന്നെ മനസ്സിലാക്കുവാൻ അവർക്കു സാധിക്കുമോ എന്നെനിക്കറിയില്ല.

എന്റെ ബാല്യ കൗമാരത്തിൽ എന്നെ മനസ്സിലാക്കുകയും സ്നേഹ വാത്സല്യം വാരിക്കോരി തരികയും ചെയ്ത ഏക വ്യക്തി എന്റെ അമ്മമ്മയായിരുന്നു.

വർഷങ്ങൾക്കു മുമ്പ് എന്റെ അമ്മമ്മ മരിച്ചു. സ്നേഹ ഭാജനമായ അമ്മമ്മ എല്ലായ്പ്പോഴും എന്റെ ഓർമ്മകളിൽ നിറഞ്ഞു നിൽക്കുന്നു.

എന്റെ ബാല്യ കൗമാരത്തിൽ എന്നെ സ്വാധീനിച്ച മറ്റൊരു പ്രധാനിയായ വ്യക്തി ഇന്ത്യയുടെ അന്നത്തെ പ്രധാനമന്ത്രി ഇന്ദിരാഗാന്ധിയായിരുന്നു. രാജ്യം ഭരിക്കുന്ന ശക്തയായ വനിതയോടുള്ള ആദരവും അഭിനിവേശവും പിൽക്കാലത്ത് എന്നെ രാഷ്ട്രീയ രംഗത്തേക്ക് ആകർഷിച്ചു. ഇന്ദിരാഗാന്ധിയുടെ കർമ്മത്തിന്റെ ദ്രുതു അവസാനിച്ചപ്പോൾ ആമിയെപ്പോലെ ഞാനും നിരവധി ജനകോടികളും വേദനിച്ചു.

കുട്ടിക്കാലത്ത് എനിക്ക് പരന്ന വായനാശീലങ്ങളുണ്ടായിരുന്നു. എന്റെ വായനയെ ഉന്മേഷം കൊള്ളിച്ചതും പിന്നീട് എന്റെ ജീവിതത്തെ സവിശേഷമായി സ്വാധീനിച്ചതും ആമിയുടെ പുസ്തകങ്ങളായിരുന്നു. ആമിയുടെ യൗവ്വനതീക്ഷ്ണവും പ്രേമസുരഭിലവുമായ അസുലഭ കാലം എന്നെ ആനന്ദം കൊള്ളിച്ചു. ലോകത്തെ ആദ്യ നോവലെന്ന് വിശേഷിപ്പിക്കുന്ന ലേഡി മുറസാക്കിയുടെ ഗെജ്ഞിയുടെ കഥകൾ, പാശ്ചാത്യ സാഹിത്യത്തിൽ നിന്നും വിവർത്തനം ചെയ്യപ്പെട്ടതും സ്വദേശികളായ എഴുത്തുകാരുടെ പുസ്തകങ്ങളും എന്റെ പുസ്തക ശ്രേണിയിലുണ്ടായിരുന്നു. പക്ഷേ, മറ്റേതു പുസ്തകത്തെക്കാളും എനിക്ക് പ്രിയങ്കരമായിരുന്നത് ആമിയുടെ പുസ്തകങ്ങൾ മാത്രമായിരുന്നു. അതിൽ ഓരോന്നും അനവധി തവണ വായിച്ചവയാണ്. ആമിയുടെ പുസ്തകങ്ങളിലെ ഓരോ വരികളും എനിക്ക് ഹൃദ്യസ്ഥങ്ങളാണ്.

എന്റെ കിടപ്പു മുറിയിൽ തലയിണക്കടിയിൽ ആമിയുടെ പുസ്തകം എല്ലായ്പ്പോഴും ഞാൻ സൂക്ഷിക്കുന്നു. ആമിയുടെ പുസ്തകങ്ങൾ വായിക്കുമ്പോൾ ആമിയുടെ സമീപത്തു ഞാൻ ഇരിക്കുന്നതായും ആമി എന്നോട് സംസാരിക്കുന്നതായും അനുഭവപ്പെടുന്നു. ആമിയുടെ സ്നേഹാർദ്രമായ മധുരമൊഴി എന്നെ ആനന്ദം കൊള്ളിക്കുന്നു.

ഇന്ന് ഈ വലിയ നഗരത്തിൽ ഞാൻ തനിച്ചാണ്. തീവ്രമായ

ദുഃഖം എന്നെ തകർത്തു കളയുന്നു. ഇനിയും ഈ ഭാരം താങ്ങുക വയ്യ. വർഷങ്ങൾക്കു പിന്നിലേക്ക് നയിക്കുന്ന ഓർമ്മകൾ എന്റെ മനസ്സിനെ പിടിച്ചുലച്ചു. അങ്ങനെ ഞാൻ നിരാശയുടെ ഗർത്തത്തിലാണ്ടു പോയി. പിന്നീട് എനിക്കവിടെ നിൽക്കുവാൻ കഴിഞ്ഞില്ല.

ആമിയുടെ ഖബറിടത്തിനരികെ നിന്നും ഞാൻ തിരിഞ്ഞു നടന്നു. അപ്പോൾ എന്റെ സഹയാത്രികർ അരികെ നിൽക്കുന്നുവെന്ന ബോധം എന്നിലുണ്ടായി. എനിക്കു ചുറ്റും പരക്കുന്ന നിശ്ശബ്ദതയിൽ അവർ മൗനം അവലംബിക്കുകയാണ്. ആരോടും സംസാരിക്കാൻ എനിക്ക് കഴിഞ്ഞതുമില്ല. കട്ടിയേറിയ ഒരു മൂടൽ മഞ്ഞ് എന്റെ മനസ്സിനെ ആവരണം ചെയ്യുതായി അനുഭവപ്പെട്ടു.

എന്താണ് ചെയ്യേണ്ടതെന്നറിയാതെ വിഷാദാർദ്രമായ ഹൃദയവുമായി ആ ദിവസം മുഴുവൻ ഞാൻ അലഞ്ഞു. പ്രത്യേകിച്ചൊന്നും സംഭവിക്കാത്തത് പോലെ എന്റെ ദുഃഖവും നിരാശയും സഹയാത്രികരിൽ നിന്നും മറച്ച് പിടിച്ചു.

രാത്രി വൈകിയാണ് ഞങ്ങൾ താമസസ്ഥലത്തെത്തിയത്. കഠിനമായ ഏകാന്തതയിൽ നിന്ന് രക്ഷപ്പെടുക എന്നതിനെപ്പറ്റി മാത്രമായിരുന്നു യാത്രയിലുടനീളം ഞാൻ ആലോചിച്ചത്. ഈ യാത്ര വ്യർത്ഥമാണെന്നും നിരാശാജനകമാണെന്നും എനിക്ക് തോന്നി.

രാത്രി തീരെ എനിക്ക് ഉറക്കം വന്നില്ല. ഉറങ്ങുവാൻ ശ്രമിച്ചുവെങ്കിലും ഉറക്കം എന്റെ കൺപോളകളെ തലോടിയതേയില്ല. ദുസ്സഹമായിത്തീർന്ന രാത്രിയിൽ ആമിയുടെ ഓർമ്മയിൽ ഞാനെന്റെ മുറിയിൽ നിശ്ശബ്ദയായി വിശ്രമിച്ചു.

അടുത്ത ദിവസം തിങ്കളാഴ്ച്ചയായിരുന്നു. വസന്തത്തിന്റെ മനോഹാരിത നിറഞ്ഞ കാലാവസ്ഥ, തിരുവനന്തപുരത്തിന്റെ പ്രശാന്ത സുന്ദരമായ പ്രഭാതത്തെ എന്റെ ക്ഷീണിച്ച കണ്ണുകൾ കൊണ്ട് ഞാൻ നോക്കിക്കണ്ടു.

തിരുവനന്തപുരത്തിന്റെ നല്ല ജലവും നല്ല കാലാവസ്ഥയുമാണല്ലോ ആമിയെ ഈ നഗരത്തിൽ താമസിക്കുവാൻ പ്രേരിപ്പിച്ചത്. ഒരു വ്യാഴവട്ടകാലം ആമി അനുഭവിച്ച സൗഖ്യം. ഇന്നലെയുടെ പ്രഭാതത്തിൽ മനോഹാരിത നിറഞ്ഞ ഈ പ്രകൃതി എന്നെയും ഉന്മേഷം കൊള്ളിച്ചു. പക്ഷെ, എന്റെ മിത്രങ്ങൾ പ്രഭാത സവാരിക്കിറങ്ങിയപ്പോൾ എന്റെ ഉദാസീനത പ്രഭാത നടത്തത്തിൽ നിന്ന് എന്നെ പിന്തിരിപ്പിച്ചു. എന്റെ വിശ്രമ മുറിയിൽ ഏകാകിനിയായി ഇരിക്കുമ്പോൾ പൂജപ്പുര പാങ്ങോട് പ്രദേശങ്ങളിലെ നിരത്തിലൂടെ അതിരാവിലെ ആമി നടക്കാനിറങ്ങിയിരുന്ന പ്രതാപ കാലത്തിന്റെ

ഓർമ്മകൾ എന്റെയുള്ളിൽ തിരയടിക്കുകയായിരുന്നു.

മുറ്റത്ത് പടർന്ന് നിൽക്കുന്ന മാവുകളും പ്ലാവുകളും വിസ്തൃതമായ പുറംതിണ്ണയും നടുമുറ്റവുമൊക്കെയുള്ള ആമി ആദ്യ കാലത്ത് താമസിച്ചിരുന്ന കുറവംകോണത്തെ ആ വലിയ വീടിനെക്കുറിച്ച് മൗനമായി ഞാനാലോചിച്ചു.

പിൽക്കാലത്ത് താമസിച്ചിരുന്ന വെള്ളനിറം പൂശിയ രണ്ട് സിംഹങ്ങളെ പടിവാതിൽക്കൽ സ്ഥാപിച്ചിരുന്ന ശാസ്തമംഗലത്തെ വീടും എന്റെ മനസ്സിലൂടെ കടന്നുപോയി. ആമിയുടെ സാന്നിധ്യത്തിൽ ഈ നഗരത്തിൽ സംഘടിപ്പിച്ചു വന്നിരുന്ന സാഹിത്യ പരിപാടികളിലെ അവിസ്മരണീയമായ പല ദൃശ്യങ്ങളും എന്റെയുള്ളിൽ വന്നു നിറഞ്ഞു. പ്രഭാത ഭക്ഷണത്തിന് ശേഷം തിരുവനന്തപുരം ചുറ്റിക്കാണുക എന്ന ഉദ്ദേശ്യത്തോടെ ഞങ്ങൾ വീണ്ടും ഒരു യാത്രയ്ക്കൊരുങ്ങി. തിരുവനന്തപുരത്തിന്റെ ഹൃദയനഗരിയിലൂടെയുള്ള യാത്രയിൽ ആമിയുമായി ബന്ധപ്പെട്ടവ എന്നു തോന്നിയതെല്ലാം നിരീക്ഷിക്കുക എന്നതായിരുന്നു എന്റെ ലക്ഷ്യം. സാഹിത്യ പരിപാടികൾ, ചർച്ചകൾ, പുസ്തകമേളകൾ ഇവയെല്ലാം സംഘടിപ്പിച്ചു വരുന്ന വി. ജെ. ടി ഹാൾ, വൈ. എം. സി. എ. ഹാൾ, കനകക്കുന്ന് കൊട്ടാരം എല്ലാം യാത്രാ മധ്യേ ഞാൻ നിരീക്ഷിച്ചുകൊണ്ടിരുന്നു.

ആമി ഇടയ്ക്കിടെ സന്ദർശിക്കാറുണ്ടായിരുന്ന മൃഗശാല ഞാൻ സന്ദർശിച്ചു. സിംഹങ്ങൾ അതിന്റെ കൂടുകളിൽ വിശ്രമിക്കുകയാണ്. ആമിക്ക് ഏറെ സുപരിചിതരായിരുന്ന സിംഹക്കുട്ടികൾ വളർന്ന് വലുതായി ആ കാണുന്ന വയസ്സൻ സിംഹങ്ങൾക്കിടയിൽ ഉണ്ടാകാമെന്ന് ഞാൻ അനുമാനിച്ചു, തിരുവനന്തപുരം മൃഗശാലയും മ്യൂസിയവുമെല്ലാം ചുറ്റിക്കറങ്ങി സമയം കടന്നുപോയതറിഞ്ഞില്ല.

അവസാനം ഞാൻ ശംഖുമുഖം കടൽക്കരയിലാണ് എത്തിയത്. അലയൊതുങ്ങിയ കടൽക്കരയിൽ നീലക്കടലിന്റെ മനോഹാരിതയിൽ കണ്ണും നട്ട് മൺതിട്ടയിൽ ഞാനിരുന്നു. കടൽ തീരത്തെ സായാഹ്ന സൗന്ദര്യം ആസ്വദിക്കുവാൻ ആളുകൾ വന്ന് കൊണ്ടിരുന്നു. സായാഹ്ന കാഴ്ചകൾ കാണാൻ കടൽ തീരത്തെത്തിയ കുട്ടികൾ മണൽ കൊണ്ട് വീട് ഉണ്ടാക്കിക്കളിക്കുന്നു. ചില കുട്ടികൾ തിരമാലകളിൽ തുള്ളിക്കളിക്കുകയും മൺതിട്ടയിലൂടെ ഊർന്ന് പോകുന്ന ശംഖുകൾ ശേഖരിക്കുകയും ചെയ്യുന്നു.

കടൽക്കരയിലെ കാഴ്ചകൾ എന്റെ ബാല്യകാല ഓർമ്മകളുടെ പ്രതീകമായി തോന്നി. അൽപ സമയം ഞാൻ ഭൂത കാലത്തിന്റെ പിടിയിൽ അമരുകയും ചെയ്തു. കടൽക്കരയിൽ കളിച്ചു

കൊണ്ടിരിക്കുന്ന കുട്ടികളോട് കുശലാന്വേഷണം നടത്തിയാലോ? ഞാൻ ആലോചിക്കാതിരുന്നില്ല. പക്ഷേ, ആ ശ്രമം ഉടനെ ഞാൻ ഉപേക്ഷിച്ചു. കാരണം കേരള സംസ്ഥാനത്തിന്റെ അച്ചടി ഭാഷാ ശൈലി എനിക്ക് വശമില്ല. വടക്കേ മലബാറിലെ എന്റെ സംഭാഷണ ശൈലി (ഗ്രാമ്യഭാഷ) തിരുവനന്തപുരത്തുകാരെ ചിരിപ്പിക്കുമോ എന്ന സന്ദേഹം എന്നിലുണ്ടായി.

ആമിയുടെ തെക്കേ മലബാർ സംഭാഷണ ശൈലി തിരുവനന്തപുരക്കാരെ ചിരിപ്പിച്ചിരുന്നുവല്ലോ!! എന്നാൽ ആമിയുടെ ലാളിത്യം തുളുമ്പുന്ന വള്ളുവനാടൻ സംഭാഷണ ശൈലി എന്നെ രോമാഞ്ചം കൊള്ളിക്കുമായിരുന്നു.

ആമിയെ കുറിച്ചുള്ള ചിന്തയിൽ ആലോചിത്തയായി കടൽ തീരത്തിരിക്കുമ്പോൾ നമ്മൾ ജീവിച്ചിരുന്ന യുഗത്തിലെ അവശേഷിക്കുന്ന ഏക സാക്ഷി ഞാൻ മാത്രമാണെന്ന് എനിക്ക് തോന്നി.

സ്നേഹാർദ്രമായ സമുദ്രമേ... നിരവധി വർഷങ്ങൾ തിരുവനന്തപുരം നഗരങ്ങളിൽ ആനന്ദപൂർണമായ ജീവിതം ജീവിച്ചു തീർത്തു എന്നെ പിരിഞ്ഞു പോയ എന്റെ ആമിയുടെ കാൽപാടുകൾ പോലും ഈ തീരത്തു നിന്ന് തിരമാലകൾ മായിച്ചു കളഞ്ഞുവല്ലോ?

"നിരവധി തവണ ആമിയുടെ കാൽപാടുകൾ പതിഞ്ഞ വെള്ളി മണലിൽ വിരലോടിച്ചിരിക്കുന്ന വേളയിൽ എന്റെ ഹൃദയം തിരമാലകളോട് പരിതപിക്കുന്നുണ്ടായിരുന്നു."

അപ്പോഴൊക്കെയും എന്നെ സാന്ത്വനിപ്പിക്കാൻ എന്ന വണ്ണം എന്റെ കാലടികളെ പലതവണ നനച്ചു കൊണ്ട് തിരമാലകൾ നിശ്ശബ്ദതയോടെ ഒഴുകിക്കൊണ്ടിരുന്നു. നേരം സന്ധ്യയോട് അടുത്തു. സ്വർണ്ണവർണമുള്ള രശ്മികൾ കടലിലെമ്പാടും പരന്നു. കടലിന് സ്വർണ്ണത്തിളക്കം അനുഭവപ്പെട്ടു. സന്ധ്യാപറവകൾ പറന്നകലുകയാണ്, ആമിയുടെ ഭാഷയിൽ പറഞ്ഞാൽ ആകാശത്ത് അസ്തമയ സൂര്യൻ കുങ്കുമ ചവി പരത്തി. ആ നിമിഷം നാളത്തെ പ്രഭാതത്തിലെ എന്റെ മടക്കയാത്രയെ പറ്റി ഞാൻ ഓർത്തു.

തിരുവനന്തപുരത്തിന്റെ സന്ധ്യയോടും കടൽക്കരയോടും ഞാൻ യാത്ര പറഞ്ഞു. അവസാനം ഒരുവട്ടം കൂടി ആമിയെ കാണുക എന്ന മോഹം എന്റെ ഉള്ളിൽ വന്നുദിച്ചു.

ആമിയുടെ വിശ്രമസ്ഥലം ലക്ഷ്യമാക്കി ഞാൻ യാത്ര തുടർന്നു. അനന്തപുരിയുടെ രാജവീഥികളിലൂടെ എന്റെ യാത്ര അനുപമമായ ഒരു അനുഭവമായി തീർന്നു. ഓർമകളുടെ ഹൃദയ ഭൂമിയിലൂടെ സഞ്ചരിക്കുമ്പോൾ പൈതൃകത്തിന്റെ സ്മരണകളിൽ ഞാൻ അലിയുകയും ചെയ്തു.

സ്ത്രീകൾക്ക് സഭയിലേക്ക് മത്സരിക്കുവാനോ വോട്ട് ചെയ്യുവാനോ അവകാശമില്ലാത്ത കേരളീയ ചരിത്രത്തെ പറ്റി ഞാൻ അനുസ്മരിച്ചു.

ഐക്യകേരളം പിറക്കുന്നതിന് മുമ്പ് തന്നെ ശ്രീമൂലം പ്രജാസഭ എന്ന പേരിൽ ആദ്യ യോഗം ചേർന്ന വി. ജെ. ടി. ഹാളിന്റെ മുന്നിലൂടെ എന്റെ വാഹനം കടന്നു പോയി.

നഗരം ചുറ്റിത്തിരിഞ്ഞ് വീണ്ടും ആമിയുടെ വിശ്രമസ്ഥലത്തെത്തി. അപ്പോഴേക്ക് പടിഞ്ഞാറെ ചക്രവാളത്തിൽ സൂര്യൻ അസ്തമിച്ചു കഴിഞ്ഞിരുന്നു.

ഇരുട്ട് ആമിയുടെ ഖബറിന് ചുറ്റും വന്ന് നിറഞ്ഞിരിക്കുന്നു. കനത്തു വരുന്ന ഇരുട്ടിൽ മരച്ചില്ലകൾക്കിടയിലൂടെ ഇരുണ്ട ആകാശത്ത് അർദ്ധചന്ദ്രൻ ഉദിച്ചുയരുകയാണ്. ഖബറിന്റെ ശിരോഭാഗത്ത് ഞാൻ ചെന്നു. ആകാശത്തിന്റെ ഔന്നത്യങ്ങളിലേക്ക് കണ്ണുകൾ ഉയർത്തി പ്രാർത്ഥനാനിരതയായി.

ആകാശ പരപ്പിൽ നക്ഷത്രങ്ങൾക്കിടയിൽ, അർദ്ധചന്ദ്രന് ചുറ്റും എന്റെ പ്രിയപ്പെട്ട നക്ഷത്രത്തെ നിരീക്ഷിക്കവേ ഇടറിയ സ്വരത്തിൽ ഞാൻ മന്ത്രിച്ചു.

ആമിയുടെ അടുത്ത് വരുന്നതിനുള്ള പ്രലോഭനത്തെ തടുത്ത് നിർത്തുവാൻ എനിക്ക് കഴിയുന്നില്ല. ആമിയെ കാണാൻ ആഗ്രഹിക്കുമ്പോഴൊക്കെ നമ്മുടെ സമാഗമം ഇങ്ങനെയാകുമെന്ന് വിചാരിച്ചിരുന്നില്ല! അടുത്ത പ്രഭാതത്തിൽ ഞാൻ എന്റെ നാട്ടിലേക്ക് യാത്ര തിരിക്കുകയാണ്.

സ്വർഗപൂങ്കാവനത്തിൽ നമുക്ക് ഒരുമിച്ച് കാണാം എന്ന പ്രത്യാശയോടെ ഞാൻ യാത്ര ചോദിക്കുന്നു. ആമി നിത്യവിശ്രമം തേടിയ ഗുൽമോഹർ മരത്തിന് താഴെ നിന്ന് അവസാനമായി പിരിയുമ്പോൾ എന്റെ വാക്കുകൾ മുറിയുകയും കാലുകൾ ഇടറുകയും ചെയ്തു. നെട്ടവീർപ്പിലലിയുന്ന ആ മൗന വേളയിൽ.

ഖലീൽ ജിബ്രാന്റെ വരികളെ ഞാൻ അനുസ്മരിച്ചു.

"ജനങ്ങൾ നമ്മുടെ കഥ വിശ്വസിക്കുകയില്ല, കാരണം ഋതുക്കളുടെ സഹായമില്ലാതെ വളരുകയും വിടരുകയും ചെയ്യുന്ന ഒരേ ഒരു പുഷ്പം സ്നേഹമാണെന്ന് അവരറിയുന്നില്ലല്ലോ?"

പൂനിലാവും നക്ഷത്രങ്ങളും നിറഞ്ഞു നിൽക്കുന്ന നഭോ മണ്ഡലം സ്നേഹിക്കുന്ന ആത്മാവുകളാലും അന്തർദർശനമുള്ള ആത്മചൈതന്യങ്ങളാലും ഉപേക്ഷിക്കപ്പെടുന്നില്ല! എന്നാൽ എന്റെ സങ്കട ഹർജി ആമിയുടെ സമക്ഷം സമർപ്പിക്കുവാൻ നമ്മുടേത് മാത്രമായ ഒരു സ്വപ്ന ലോകം ദൈവം തീർത്തു തന്നിരിക്കുന്നു. മനോഹരമായ

ഈ സമാഗമത്തിനു സർവ്വനാഥനോടല്ലാതെ മറ്റാർക്കാണ് എന്റെ നന്ദി സമർപ്പിക്കുക!.

എല്ലാം കേട്ടുകൊണ്ടിരുന്ന ആമി എന്നെ മാറോടണച്ചു ആശ്ലേഷിച്ചു പതിഞ്ഞ ശബ്ദത്തിൽ ആശ്വസിപ്പിക്കുകയും ഓമനിക്കുകയും ചുംബിക്കുകയും ചെയ്തു. എന്റെ മൂർധാവിലും കവിൾ തടങ്ങളിലും മൃദുവായി ചുംബിക്കുമ്പോൾ അരണ്ട വെളിച്ചം മാത്രം പരന്ന ഇരുട്ടിൽ ആമിയുടെ കണ്ണുകൾ നിറഞ്ഞൊഴുകുന്നതായി ഞാൻ കണ്ടു. ആ മനേഹര മുഖത്ത് പല തവണ ഞാൻ ചുംബിച്ചു.

സ്നേഹത്തോടെ എനിക്കു വിട നൽകുമ്പോൾ ദുഃഖ പൂർണ്ണമായ എന്റെ മുഖത്ത് വാത്സല്യത്തോടെ വിരലോടിച്ച് ആമി വീണ്ടും വീണ്ടും എന്നെ നോക്കി പുഞ്ചിരിക്കുന്നുണ്ടായിരുന്നു! ക്ഷണികമായ നേരം കൊണ്ട് ഒരിക്കലും മറക്കാനാകാത്ത വിരഹതാപമുണ്ടാക്കി ആമി എന്റെ സമീപത്തു നിന്ന് പോയി മറഞ്ഞു.

സ്വപ്ന വിമുക്തയായി ഞാൻ നിദ്രവിട്ടുണർന്നു. അരണ്ട വെളിച്ചം മാത്രം പരന്ന ഇരുട്ടിൽ കണ്ണുകൾ തുറന്നപ്പോൾ എന്റെ കവിൾ തടങ്ങളിലൂടെ കണ്ണുനീർ ഒഴുകുന്നുണ്ടായിരുന്നു. തികച്ചും അപ്രതീക്ഷിതമായ സ്വപ്നം എന്റെ ഹൃദയമിടിപ്പ് ക്രമാതീതമായി ഉയർത്തുകയും കൈകാലുകൾ തളർത്തുകയും ചെയ്തു. ശീതീകരിച്ച മുറിയിൽ ഞാൻ വിയർത്തുകുളിച്ചു! ഇതൊക്കെ സത്യമോ മിഥ്യയോ എന്ന് എനിക്കു തിരിച്ചറിയാൻ കഴിഞ്ഞില്ല! നിദ്രാ വിഹീനയായ ഞാൻ സാവധാനം എഴുന്നേറ്റു സമയം നോക്കി. രാത്രിയുടെ മുക്കാൽ ഭാഗവും അവശേഷിക്കുകയാണ്. ഇനി ഉറക്കം വരികയില്ല എന്നെനിക്ക് തോന്നി. അത്ഭുതവും ദുഃഖവും കൂടിക്കലർന്ന മൂന്ന് രാപ്പകലുകൾ എന്നെ അനുഭവിപ്പിച്ചതത്രയും എന്റെ ഡയറിയിൽ എഴുതുകയാണ്.

ഗാഢനിദ്രയിലാണ്ടിരിക്കുന്ന തലസ്ഥാനനഗരം രാത്രിയുടെ അഗാധതയിൽ അന്ധകാരത്തിലാണ്. അനന്തമായ നിശബ്ദതയിൽ തനിച്ചിരിക്കുമ്പോൾ ഈ ഏകാന്തത എനിക്കൊട്ടും വിരസത ഉണ്ടാക്കുന്നില്ല, ഏകാന്തത നോവിപ്പിക്കുന്ന സമ്പത്താണല്ലോ, നീല നിറമുള്ളതും ശംഖ് നാദമുയർത്തുന്നതുമായ ഏകാന്തത!!!

സ്നേഹാർദ്രമായ നമ്മുടെ സമാഗമം കിനാവിന്റെ സൃഷ്ടിയായിരുന്നുവെങ്കിലും മനോഹരമായ ഒരു പ്രഭാത സ്വപ്നം മാത്രമായി കണക്കാക്കാൻ എനിക്ക് കഴിയുകയില്ല. ഈ നഗരത്തിൽ ഞാൻ തനിച്ചല്ലെന്നും ആമിയുടെ അദൃശ്യമായ സാന്നിധ്യവും സ്നേഹവും മുഴുവനും എന്നോടൊപ്പമുണ്ടെന്നും ബോധ്യമായിരിക്കുന്നു. അതിൽ അത്ഭുതവും ആനന്ദവും ഞാൻ അനുഭവിച്ചു. സ്നേഹത്തിന്റെ

സർവ്വസുഗന്ധവും നുകർന്ന് നിർവൃതികൊണ്ടു! അപരിചിതമായ നഗരത്തിൽ ഏകാകിനിയായി ഞാൻ രണ്ട് രാപ്പകലുകൾ അനുഭവിച്ച നിരാശയും ഹൃദയവ്യഥയും വിസ്മൃതിയിൽ ആണ്ടിരിക്കുന്നു. ആമിയെപ്പറ്റിയുള്ള മധുരിതമായ ഓർമ്മകൾ എന്റെ ആത്മാവിൽ വറ്റാത്ത നദിയായി ഒഴുകുന്നു! ഈ സ്നേഹത്തിന്റെ നീരൊഴുക്കിന് എവിടെയാണ് അവസാനം.

എന്റെ മനസ്സിന്റെ അഗാധതയിൽ വളരുന്ന വികാരങ്ങളെ വേദനയോടെ ഞാൻ വിശകലനം ചെയ്യുന്നു. എന്റെ ജീവിതത്തിലെ ഏറെ പ്രിയങ്കരവും മനോഹരവുമായ ഒരു രാത്രിയും അതിലെ കുറേ നിമിഷങ്ങളും കടന്നുപോയിരിക്കുന്നു. ആമിയുടെ ഓർമ്മകൾക്കൊപ്പം കഴിഞ്ഞ ഈ രാത്രി അവസാനിക്കാതിരിക്കട്ടെ എന്ന് എന്റെ മനസ്സ് ആഗ്രഹിക്കുന്നു. എന്റെ അഭിലാഷം എന്തുതന്നെയായാലും തലസ്ഥാന നഗരിയിൽ ഒരു രാത്രി കൂടി അവസാനിക്കുകയാണ്.

സൂര്യോദയത്തിന്റെ ലക്ഷണം കണ്ടു തുടങ്ങി. പക്ഷികളുടെ കൂജനം കേട്ട് നഗരം ഉണരുകയാണ്. എന്റെ യാത്രയ്ക്കുള്ള സമയം ആസന്നമായിരിക്കുന്നു. മനസ്സ് നിറഞ്ഞ് ഒരു തുള്ളി കണ്ണീർ വാർത്തു പ്രതീക്ഷാ സാഫല്യത്തിന്റെ നിറവിൽ ഞാൻ മടക്കയാത്രയ്ക്കൊരുങ്ങുന്നു. അനവധി തവണ ആമിയുടെ കാൽപ്പാടുകൾ പതിയുകയും അവസാനം ആമി വ്യാപൃതയായതുമായ മണ്ണിൽ നിന്ന് ആമിയോടും ചരിത്രമുറങ്ങുന്ന നഗരത്തോടും അർദ്ധപ്രഭാതത്തിൽ യാത്ര ചോദിക്കുമ്പോൾ എന്റെ അതിരില്ലാത്ത സ്നേഹവും ബഹുമാനവും ആദരവും ആമിക്കായി സമർപ്പിക്കുന്നു.

ലൗ ക്യൂൺ ഓഫ് മലബാർ

യാഅല്ലാഹ്
ഞാൻ സ്വർഗ്ഗരാജ്യം
കാംക്ഷിക്കുന്നില്ല
ചെയ്തുപോയ തെറ്റുകൾ
ഒളിപ്പിക്കുവാൻ
ഞാൻ ഇച്ഛിക്കുന്നുമില്ല
ഒടുവിൽ, കാൽ വഴുതി ഞാൻ
നരകതീയിൽ
കുഴഞ്ഞുവീഴുമ്പോൾ
നിലവിട്ട് നിലവിളിക്കുവാൻ
എന്നെ അനുവദിക്കരുത്.
ഇന്ന് നീ മാത്രമാണ്
എന്റെ പ്രേമഭാജനം
എന്റെ ഒരേയൊരു രക്ഷകൻ
നിന്റെ ശിക്ഷയ്ക്കർഹയാണ് ഞാൻ
സ്നേഹത്തിന്റെ ലഹരിയും
സ്നേഹത്തിന്റെ വ്യഥയും
ഞാൻ എന്നേ പഠിച്ചിരിക്കുന്നു
സ്നേഹത്തിന്റെ ചൂടും
കൊടും ക്രൗര്യവും
അനുഭവിച്ചറിഞ്ഞ പ്രേമിക
നരകാഗ്നിയെ
എന്തിന് ഭയപ്പെടണം.

(സ്നേഹത്തിന്റെ ചൂടും ക്രൗര്യവും)

പ്രണയവും ഭക്തിയും കൊണ്ട് ആത്മീയതയെ പ്രോജ്വലിപ്പിക്കുന്ന കമലാ സുരയ്യ ചരിത്രത്തിലെ സൂഫിവനിതകളുടെ കൂട്ടത്തിൽ വിശുദ്ധ സൂഫിസ്റ്റും ദിവ്യാനുരാഗിയുമായി റാബിയത്തുൽ ബസരിയെ ഓർമ്മപ്പെടുത്തുന്നു.

"യാഅല്ലാഹ് നരകത്തോടുള്ള ഭയം കാരണമാണ് നിന്നെ ഞാൻ ആരാധിക്കുന്നതെങ്കിൽ നീ എന്നെ നരക തീയിലിട്ട് ഭസ്മീകരിച്ചു കളയുക. സ്വർഗത്തെ മോഹിച്ചാണ് നിന്നെ ഞാൻ ആരാധിക്കുന്നതെങ്കിൽ സ്വർഗ കവാടങ്ങൾ എന്റെ മുന്നിൽ അടച്ചു കളയുക. എന്നാൽ നിന്റെ വിശുദ്ധ ദർശനം മാത്രമാഗ്രഹിക്കുന്ന, നിന്നെ മാത്രം പ്രണയിക്കുന്ന എന്റെ മുന്നിൽ അതുമാത്രമെനിക്കു സാധ്യമാക്കിതരണേ..." റാബിയത്തുൽ ബസരിയുടെ വിശ്വപ്രശസ്തമായ പ്രാർത്ഥനയാണിത്.

ആത്മീയതയിലൂടെ ദൈവത്തോടടുക്കുന്നവർ മാത്രമേ സൂഫിസ്റ്റായി പരാമർശിക്കപ്പെടാറുള്ളൂ. അത്തരം സവിശേഷത നേടിയ ഒരാളായിരുന്നു കമലാ സുരയ്യ,

"താങ്കൾക്ക് ഉണ്ടായിരുന്നുവെങ്കിലെന്ന് ആഗ്രഹിക്കുന്നതും എന്നാൽ ഒരിക്കലും നേടാൻ കഴിയാത്തതുമായ ഗുണങ്ങൾ സൂക്ഷിക്കുന്നവരെയാണ് ആളുകൾ ദേവസ്ഥാനങ്ങളിലേക്ക് ഉയർത്താറുള്ളത്. മലയാളത്തിലെ വായനക്കാർ അത്തരമൊരു സ്ഥാനക്കയറ്റം നൽകിയ ഒരേയൊരു എഴുത്തുകാരിയാണ് കമലാ സുരയ്യ" എന്ന് കഥാകൃത്ത് കെ.പി രാമനുണ്ണി നിരീക്ഷിക്കുന്നു.

എന്റെ മുഖത്ത് ഭക്തിയുടെ ചിരാതുകൾ മാത്രമല്ല കത്തി

നിൽക്കുന്നത് പ്രേമത്തിന്റെ ദീപങ്ങളും കത്തുന്നു. ഓർമ്മകൾ മടങ്ങുമ്പോഴൊക്കെയും ജ്വലിക്കുന്നു. യാ അല്ലാഹ് പൊറുക്കുക, പൊറുക്കാൻ കഴിയാത്ത പാപമാണോ അഘാധമായ പ്രണയം? പൊറുക്കാൻ കഴിയാത്ത കുറ്റമാണോ സ്ത്രീയേയും പുരുഷനേയും ബന്ധിപ്പിക്കുന്ന ഗാഢാശ്ലേഷം? അല്ലാഹുവേ നിന്നോട് ഞാൻ പാപമോചനം തേടുകയും നിന്നിലേക്ക് മടങ്ങുകയും ചെയ്യുന്നു. ഈ പ്രാർത്ഥന ഞാൻ ദിവസേന നൂറുതവണ ഉച്ചരിക്കുന്നു.

> "അല്ലാഹുമ്മ ഇന്നക്ക അഫുവ്വൽ
> തുഹിബ്ബുൽ അഫ്‌വ
> ഫഅ്ഫു അന്നീ."

അല്ലാഹുവേ നീ വിട്ടുവീഴ്ച്ചയാണ് വിട്ടുവീഴ്ച്ച ഇഷ്ടപ്പെടുന്നവനാണ്. അതിനാൽ എനിക്ക് നീ വിട്ടുവീഴ്ച്ച ചെയ്യേണമേ, (ഈ ജീവിതം കൊണ്ട് ഇത്രമാത്രം). പ്രണയം കമലാ സുരയ്യയ്ക്ക് ആനന്ദമായിരുന്നു. വാർദ്ധക്യദശയിലും പ്രണയത്തിന്റെ തണുപ്പ് അവരുടെ എഴുത്തിൽ നിന്ന് വിട്ടുപോയിരുന്നില്ല. മധുരമുള്ള പ്രണയമായിരുന്നു കഥയിലും കവിതയിലും നിറഞ്ഞു നിന്നത്. പ്രേമ സാഫല്യം നേടാനാകാതെ മലയും മഞ്ഞും തകർന്ന് മരിച്ചു വീണ പ്രണേതാക്കളേ ആധാരമാക്കി ലളിതവും മനോഹരവുമായ ശൈലിയിൽ തന്നെ അവരെഴുതി. നർമ്മം കലർന്ന ലാളിത്യം അവരുടെ വരികളെ കൂടുതൽ മധുരമുള്ളവയാക്കി.

> "എല്ലാ ഇല്ലായ്മകളും പ്രേമംകൊണ്ട് നികത്തി താൻ
> അദ്ദേഹത്തിന് വീണ്ടും വീണ്ടും ഒരു ഉയർത്തെഴുന്നേൽ
> പ്പ് സാധ്യമാക്കുന്നു."

(വണ്ടിക്കാളകൾ)

എഴുപത്തിരണ്ടാം വയസ്സിലും പ്രണയത്തെപ്പറ്റി ഇത്രമനോഹരമാക്കി എഴുതാൻ ആമിക്കല്ലാതെ മറ്റാർക്കാണ് കഴിയുക. പ്രായത്തെ തോൽപ്പിച്ച് ഈ എഴുത്തുകാരിയെ എങ്ങനെ അഭിനന്ദിച്ചാലാണ് മതിയാവുക.

മലബാറിന്റെ പ്രണയറാണിക്ക് പ്രണയകാവ്യം പോലെ പൊതുപ്രവർത്തനവും ഇഷ്ടമായിരുന്നു. ലോകോത്തര കവയത്രി, നിരവധി സമ്മാനങ്ങളും പുരസ്കാരങ്ങളും ഏറ്റുവാങ്ങിയ വിശ്വകഥാകാരി. മലയാളത്തിന്റെ പ്രഗത്ഭയായ എഴുത്തുകാരി. രാജ്യത്തിനകത്തു നിന്നും പുറത്തു നിന്നും ഫെലോഷിപ്പുകൾ. എല്ലാ വൈവിധ്യങ്ങൾക്കുമപ്പുറം സ്വഭാവ സവിശേഷതയുടെ ഈ മഹാപ്രതിഭ നല്ല ഒരു സാമൂഹിക പ്രവർത്തക കൂടിയായിരുന്നു. 1985-ൽ സാമൂഹിക

പ്രവർത്തകയ്ക്കുള്ള തിരുവനന്തപുരം സഹൃദയ വേദിയുടെ അവാർഡ് മാധവിക്കുട്ടിക്കാണ് ലഭിച്ചത്.

കാരുണ്യ പ്രവർത്തനത്തിനുള്ള മേഖലയായി 2001-ൽ ലോകസേവ എന്ന ഒരു സംഘടനയ്ക്ക് കമലാ സുരയ്യ രൂപം നൽകി. തന്റെ സംഘടനയെപ്പറ്റി ഒരു അഭിമുഖത്തിൽ അവർ ഇങ്ങനെ വിവരിച്ചു. ഹജ്ജിന് പോകണമെന്ന മോഹമുണ്ട് പക്ഷേ, ഇക്കൊല്ല ത്തെ ഹജ്ജ് ലോകസേവ പ്രവർത്തനം തന്നെ, ഇതു തന്നെയാണ് എന്റെ ഹജ്ജ്, ഇസ്ലാമിനെ പറ്റിയുള്ള തെറ്റിദ്ധാരണ നീക്കലും ഹജ്ജ് തന്നെ....

എന്റെ കയ്യിൽ ആയിരം രൂപ കിട്ടിയിട്ടുണ്ടെങ്കിൽ എഴുന്നൂറും ഞാൻ മറ്റുള്ളവർക്ക് നൽകിയിട്ടുണ്ട്. മുന്നൂറ് കൊണ്ടേ ഞാൻ ജീവി ച്ചിട്ടുള്ളൂ.

എഴുപത്തി നാലാം വയസ്സിലും 36 സ്വർണ്ണ വളകളും മൂക്കുത്തി യും വൈരക്കമ്മലും അണിഞ്ഞിരുന്ന ആമിയെ കാണാൻ ചെല്ലുന്ന പാവങ്ങളായ സ്ത്രീകൾക്ക് അവർ ഓരോ സ്വർണ്ണ വളയും അഴിച്ചു നൽകുമായിരുന്നു. പാവപ്പെട്ടവർക്കും, കേരള സാഹിത്യ അക്കാദമി ക്കു വേണ്ടിയും സ്വന്തം ഭൂമി ദാനമായി നൽകി മാതൃകയായി.

ഭൂമിയായാലും സ്വർണ്ണാഭരണമായാലും പണമായാലും വസ്ത്രങ്ങളാ യാലും കയ്യിലുള്ളത് എന്തു തന്നെയായാലും കൊടുക്കാൻ ഇഷ്ടമായി രുന്നു. മിത്രങ്ങളെയും അതിഥികളെയും പ്രിയമുള്ള ഭക്ഷണം വിളമ്പി സൽക്കരിക്കുന്നതും ആമിക്ക് ആനന്ദമായിരുന്നു. ധർമ്മിഷ്ഠയായ ആമിയുടെ ഹൃദയം എപ്പോഴും കരുണാമയമാണ്.

ആവശ്യമുള്ളിടത്ത് സഹായം നൽകുന്നതാണ് യഥാർത്ഥ സ്നേഹമെന്ന് എന്നെപ്പോലെയുള്ളവരെ ഉപദേശിക്കുമായിരുന്നു. നിഷ്കളങ്കമായ സ്നേഹവും കാപട്യമില്ലാത്ത എഴുത്തും തന്നെ സമൂഹം ഒറ്റപ്പെടുത്തുമ്പോഴൊക്കെ ഹൃദയം നൊമ്പരപ്പെട്ടു. അവർ പറഞ്ഞു ജീവിതം ദുഃഖമാണെന്ന്. ആനന്ദകരമായ ജീവിതത്തിലു ടനീളം ദുഃഖിക്കുവാൻ അവർക്ക് ഓരോ കാരണങ്ങളുണ്ടായിരുന്നു. തെറ്റിദ്ധരിക്കപ്പെട്ട എഴുത്തുകാരി എന്നനിലയിൽ തന്റെ ജന്മനാ ട്ടിൽ നിന്ന് നല്ലതൊന്നും അവർക്ക് ലഭിച്ചതുമില്ല, എന്നിരുന്നാലും അവസാന നാൾ വരെ മലയാളികളുടെ സ്നേഹത്തിനായി അവർ കാതോർത്തിരുന്നു.

തന്റെ ശിഷ്ടകാലം കഴിച്ചുകൂട്ടുവാൻ കൊച്ചിക്കും സ്വർഗത്തിനും നടുവിൽ ഒരു ഇടത്താവളമായി പൂനയെ തെരഞ്ഞെടുത്തു. യാത്ര

പറയുമ്പോൾ അശാന്തി മാത്രം സമ്മാനിച്ച തന്റെ പ്രിയ നാടിനെ ഓർത്തു ആമി സങ്കടപ്പെട്ടു.

> "എന്റെ നയനങ്ങളിൽ കണ്ണുനീർ സന്ദർശകർക്കു കാണാം. പക്ഷേ, എന്റെ ചുണ്ടുകൾ മന്ദഹസിക്കും. ഇതാണ് എന്റെ പ്രകൃതം."
>
> (ബുധനിലാവ്)

കമലാ സുരയ്യയുടെ വളർത്തുപുത്രൻ ഡോ.ഇർഷാദ് അഹമ്മദ് വിശേഷിപ്പിച്ചത് പോലെ..... സാഗരത്തിൽ ഒഴുകി നടക്കുന്ന മഞ്ഞുമല പോലെയായിരുന്നു കമലാസുരയ്യ.. പുറമെ കാണുന്നതിന്റെ എത്രയോ ഇരട്ടി വലിപ്പം സമുദ്രത്തിന്റെ അഗാധതയിൽ ആ മഞ്ഞുമലയ്ക്ക് ഉണ്ടായിരുന്നുവെന്ന് ആരും അറിഞ്ഞില്ല. അറിയാൻ ശ്രമിച്ചതുമില്ല.

ആമിയെ പറ്റി എഴുതുന്ന ഓരോ കുറിപ്പും അവസാനിക്കുമ്പോഴൊക്കെ എന്റെ അടച്ച കൺപോളകൾക്ക് പിന്നിൽ ആമിയുടെ മനോഹരമുഖം ഉദിച്ച് ഉയരാറുണ്ട്. എന്റെ സ്വപ്നങ്ങളിൽ സുരയ്യയ്ക്ക് ചിരിക്കുന്ന മുഖമാണ്. നീർമാതളത്തിന്റെ രാജകുമാരിക്ക് വിടർന്ന മുല്ലപ്പൂവിന്റെ സുഗന്ധം, ആമിയെ അത്ര കണ്ട് സ്നേഹിക്കുന്നത് കൊണ്ടാകുമോ ഇങ്ങനെയുള്ള കിനാവ്?

അല്ലാഹുമ്മ അഅ്തിഖ്നീ മിനന്നാർ വ അദ്ഖിൽനൽ ജന്നത്ത യാ റബ്ബൽ ആലമീൻ, അല്ലാഹുവേ.. എന്നെ നീ നരകത്തിൽ നിന്ന് മോചിപ്പിക്കേണമേ, സർവ്വലോക നാഥാ സ്വർഗത്തിൽ എന്നെ നീ പ്രവേശിപ്പിക്കുകയും ചെയ്യേണമേ.

വൈവിധ്യമാർന്ന വർണ്ണങ്ങളും രൂപങ്ങളുമുള്ള പൂക്കളും രാപ്പാടികളുടെ സംഗീതാത്മകമായ ശബ്ദങ്ങളും നിറയുന്ന സ്വർഗപൂങ്കാവനത്തിലായിരിക്കണമേ തന്റെ പാരത്രിക ജീവിതം എന്നായിരുന്നു ആമിയുടെ പ്രാർത്ഥന....

ആഗ്രഹ സാഫല്യത്തിന്റെ നിറവിൽ അപാരപരിശുദ്ധിയുടെ മനോഹരോദ്യാനത്തിലെവിടെയോ ഒരു പൂവായി സസുഖം ആമി വാഴുന്നുണ്ടാകാം. അതുകൊണ്ടായിരിക്കും ആമിയുടെ മുഖത്ത് നിറഞ്ഞ പുഞ്ചിരി...

മനുഷ്യൻ പരസ്പരം സ്നേഹിക്കേണ്ടവർ തന്നെയാണ്. പക്ഷേ, അതിനേക്കാളും എത്രയോ ഉത്തമമാണ് ഏകനായ ദൈവത്തിന്റെ സ്നേഹവും ഔദാര്യവും. ജീവിക്കുന്നവന്റെ പ്രാർത്ഥന പാരത്രിക ജീവിതം നയിക്കുന്ന ആത്മാവിന് സാന്ത്വനം ലഭിക്കുമെന്ന

ഇസ്ലാമിക അധ്യാപനത്തിന്റെ വെളിച്ചത്തിൽ ഞാൻ പ്രാർത്ഥിക്കുന്നു. യാ അല്ലാഹ് ഏകനായ നിന്നെ മാത്രം പ്രണയിച്ച ഏകാന്തതയുടെ ഭവനത്തിൽ കഴിയുന്ന നിന്റെ ദാസിയുടെ ഖബറിൽ അവിടുത്തെ രക്ഷയും ശാന്തിയും നൽകി സ്വർഗത്തിൽ നിന്നുള്ള ഒരാരാമമാക്കി ത്തീർക്കേണമേ...

പുന്നയൂർക്കുളം കമലാ സുരയ്യയുടെ പ്രിയപ്പെട്ട നാട്

പ്രണയ പരവശരാവുന്ന മിഥുനങ്ങൾ ലക്ഷ്യമായി കാണുന്നത് വിവാഹത്തെയാണ്... അത് ആജീവനാന്ത പൂർണ്ണതയിലേക്കുള്ള മാർഗ്ഗമാണെന്ന് അവർ ധരിക്കുന്നു. പ്രേമത്തിന്റെ ഏറ്റവും ലോലവും ബാലിശവുമായ വിചാരങ്ങളിൽ ഒന്നാണിത്... പ്രേമത്തിന് ലിംഗം പ്രശ്നമല്ല... അത് ലൈംഗികോദാത്തവുമല്ല... യഥാർത്ഥ പ്രണയം, മാതൃപുത്രബന്ധം പോലെയോ പിതൃപുത്രിബന്ധം പോലെയോ പാവനമാണ്.

അങ്ങ്
അകലെ
ഒരു വീട്ടിൽ വെച്ച്
എനിക്ക് സ്നേഹം ലഭിച്ചു.
അവർ മരിച്ചു. എന്റെ മുത്തശ്ശി,
ആ വീട് നിശബ്ദതയിലേക്ക് ഉൾവലിഞ്ഞു

(മുത്തശ്ശിയുടെ വീട്)

മാധവിക്കുട്ടിയെ വായിക്കുവാൻ തുടങ്ങിയ നാൾ മുതൽ എന്റെ ഉള്ളിലെ വലിയൊരു അഭിലാഷമാണ് അങ്ങ് അകലെ ആമിക്ക് സ്നേഹം ലഭിച്ച വീട് നേരിട്ട് ചെന്ന് കാണുക എന്നത്. പഴയ കാലത്തോടും തറവാടിനോടും അനിയന്ത്രിതമായ ആസക്തി നിറഞ്ഞു നിൽക്കുന്ന ആമിയുടെ കവിതകളും ഓർമ്മക്കുറിപ്പുകളും ഭൂതകാല സ്മരണകളിൽ ജീവിക്കുന്ന എന്നെ സവിശേഷമായി സ്വാധീനിച്ചിരുന്നു.

ആമിയുടെ പൂർവ്വസ്മൃതിയുടെ സുഗന്ധം പേറുന്ന നീർമാതളം പൂത്തകാലം മലയാളത്തിൽ സർവ്വസൗന്ദര്യമായ ബാല്യകാല

സ്മരണകൾ എന്നീ കൃതികൾ വായിക്കുമ്പോൾ ആമിയുടെ ബാല്യ ജീവിതത്തിന്റെ ഓർമ്മകൾ നിറയുന്ന ആ ഗ്രാമത്തിൽ ചെന്നതായും ആ കാലഘട്ടത്തിലെ തിളങ്ങുന്ന മുഹൂർത്തങ്ങൾ കൺമുന്നിൽ തെളിയുന്നതായും എനിക്ക് തോന്നാറുണ്ടായിരുന്നു. തനിക്കും അങ്ങനെയൊരു ബാല്യകാലമുണ്ടായിരുന്നുവെങ്കിലെന്ന് ഓരോ വായനക്കാരിയും ആഗ്രഹിച്ചുപോകുന്ന തരത്തിലുള്ളതാണല്ലോ ആമിയുടെ ബാല്യകാല സ്മരണകളുണർത്തുന്ന രചനകൾ.

ആദ്യം
ശംഖിനുള്ളിലെ കാറ്റിന്റെ
അറ്റമേഴാത്ത മന്ത്രണം മാത്രമായിരുന്നു
സമുദ്രം
എന്നാൽ
മുത്തശ്ശിക്കരികെ കിടക്കുമ്പോൾ
തിരമാലകൾ തീരത്തടിച്ചുതകരുന്നത്
എനിക്ക് കേൾക്കാൻ കഴിഞ്ഞിരുന്നുവെന്ന്
പലപ്പോഴും ഞാൻ ഓർത്തു.

ആമിയുടെ എഴുത്തിന്റെ നേർക്കാഴ്ച്ചകൾ കാണാൻ മോഹമായി അവരുടെ വേർപ്പാടിന് ശേഷം ഞാൻ പുന്നയൂർക്കുളത്ത് ചെന്നപ്പോൾ നീർമാതള ഭൂമിക്ക് വളരെ അകലെയല്ലാത്ത നീലവർണ്ണമാർന്ന അറേബ്യൻ സമുദ്രം തീരത്തടിച്ചു തകരുന്നത് എനിക്ക് കേൾക്കാൻ കഴിഞ്ഞു. പക്ഷേ, കുട്ടിയായിരുന്ന ആമിയും അമ്മമ്മയും വസിച്ചിരുന്ന ആ നാലുകെട്ടും മുറ്റവും ചുവരിന്റെയും ചവിട്ടുകല്ലിന്റെയും അരികിൽ വളർന്നു നിന്നിരുന്ന പുളിയാറൽ ചെടിയും എനിക്കവിടെ കാണാൻ കഴിഞ്ഞില്ല. നാലപ്പാട് തറവാടും സർവോദയയുമൊക്കെ പൊളിച്ച് മാറ്റപ്പെട്ടിരിക്കുന്നു. എല്ലാം നാമാവിശേഷമായിരിക്കുന്നു. തറവാടുകൾ നിലനിന്നിരുന്ന പറമ്പുകൾ ഇന്നേതോ വ്യക്തിയുടെ ഉടമസ്ഥതയിലാണ്.

നാട്ടുവഴികളും നെൽപ്പാടങ്ങളും അപ്രത്യക്ഷമായിക്കൊണ്ടിരിക്കുന്നു. കാലഘട്ടത്തിന്റെ സാക്ഷ്യങ്ങളെന്ന പോലെ നാലപ്പാട്ടെ പാമ്പിൻ കാവിൽ മരച്ചാർത്തുകൾ മാത്രം നിലനിൽക്കുകയാണ്. പൊന്തയിൽ വസിക്കുന്ന കുളക്കോഴികളും കുളക്കടവിൽ ഇളം വെയിലിൽ വിശ്രമിക്കുന്ന ചീങ്കണ്ണികളും കാലക്രമേണ നശിച്ചുപോയിട്ടുണ്ടാകാം.

ആമിയുടെ ബാല്യകാലവുമായി ബന്ധപ്പെട്ടുകിടക്കുന്ന നീർമാതള ഭൂമി ഒഴികെ മറ്റൊരു കാഴ്ച്ചയും എനിക്കവിടെ കാണാൻ കഴിഞ്ഞില്ല. പക്ഷേ ആമി പോയിട്ടും ഇക്കുറിയും നീർമാതളമരം പൂത്തുലഞ്ഞു

നിൽക്കുന്നു! എന്നെ കരയിപ്പിച്ച ഏക ദൃശ്യം അതുമാത്രമാണ്.

തന്റേതായ എല്ലാം ഉപേക്ഷിച്ചുപോയ പ്രിയങ്കരിയായ ആമിയുടെ വരവും പ്രതീക്ഷിച്ചെന്ന പോലെ നാലപ്പാട്ടെ പാമ്പിൻ കാവിൽ അനവധി വർഷങ്ങളായി വളർന്നു നിൽക്കുന്ന നീർമാതളമരം വെണ്ണവർണ്ണമുള്ള പൂക്കളും വഹിച്ചു തല എടുപ്പോടെ വൈകാരിക സുരക്ഷിതത്വത്തിന്റെ പ്രതീകം കണക്കെ നില കൊള്ളുന്നു.

> "ഇത്തവണ ഞാൻ നാലപ്പാട്ട് ചെന്നപ്പോൾ നീർമാതളമരം പൂത്തിരുന്നു. എന്റെ ബാല്യത്തിൽ പലപ്പോഴും കണ്ടാനന്ദിച്ച ആ മനോഹര ദൃശ്യം ഞാൻ ക്ഷീണിച്ച കണ്ണുകളോടെ നോക്കിക്കണ്ടു. ഇന്നത്തെ എന്റെ മുഖം കണ്ട് നീർമാതളം നടുങ്ങിയിരിക്കണം. എന്റെ മുഖത്ത് ക്ഷീണം തന്റെ തോരണങ്ങൾ തൂക്കിയിട്ടിരിക്കുന്നു. കണ്ണുകൾക്ക് തിളക്കമില്ലാതായി തൊലിക്ക് മിനുപ്പം നശിച്ചു. പക്ഷേ, അവൾ ഇന്നും തേജസ്വിനിയാണ്."
>
> (നീർമാതളം)

ആമി എഴുതിയ വരികളെ ഓർത്ത് എന്റെ കണ്ണുകൾ ഈറനണിഞ്ഞു. ഹരിതവർണ്ണമാർന്ന കുളവും പാമ്പിൻ കാവും നീർമാതളമരവുമെല്ലാം കണ്ണുനീർപാളികളിൽ കാണുന്ന സ്വപ്നം കണക്കെ ഞാൻ നോക്കിക്കണ്ടു. പൂക്കളും മരങ്ങളും പക്ഷിമൃഗാദികളും ആനന്ദനൃത്തം ചെയ്യുന്ന ആമിയുടെ ബാല്യകാല സ്മരണകളുണർത്തുന്ന ആ പഴയ ഗ്രാമം അതിന്റെ വശ്യമായ സൗന്ദര്യം നിലനിർത്തിയിരുന്നുവെങ്കിലെന്ന് ഞാൻ ആത്മാർത്ഥമായി ആശിച്ചുപോയി. കമല എന്ന ചെന്താമരയായ ഒരപൂർവ്വ പ്രതിഭയുടെ ജന്മവും ബാല്യവും കണ്ടു അവരുടെ കാൽപാടുകളും കിളിക്കൊഞ്ചലും ഏറ്റുവാങ്ങിയ പുന്നയൂർക്കുളം ഗ്രാമാന്തരീക്ഷത്തിൽ നിന്ന് മാറി നഗരവൽക്കരിക്കപ്പെട്ടു കഴിഞ്ഞിരിക്കുന്നു.

പുന്നയൂർക്കുളത്തിനു വന്ന മാറ്റങ്ങളെ പറ്റി നീർമാതളം പൂത്തകാലം എന്ന പുസ്തകത്തിൽ ആമി ഇങ്ങനെ എഴുതി.

> "മണം കൊണ്ട് പുന്നയൂർക്കുളത്തെ തിരിച്ചറിയുന്ന ആ കാലം പോയി. ഇന്ന് അതിന് സിമന്റിന്റെയും പെട്രോളിന്റെയും കൊതുകുകളെ കൊല്ലുവാൻ അഴുക്കുചാലിൽ ഗവൺമെന്റ് ജീവനക്കാർ പിച്ചുന്ന മരുന്നിന്റെയും മണമാണ്."

വർഷങ്ങൾക്ക് മുമ്പ് ആമി സ്വന്തം നാട് ഉപേക്ഷിച്ച് നഗരങ്ങളിലെ ഫ്ളാറ്റുകളിൽ താമസിച്ചിരുന്നുവെങ്കിലും ജന്മനാടിന്റെ മണം

അവരുടെ ഓർമ്മയിൽ നിന്നും വിട്ട് പോയിരുന്നില്ല. ശൈശവത്തി നും യൗവ്വനത്തിനുമിടയ്ക്കുള്ള ആ സ്വർണ്ണകാലഘട്ടവും ജന്മഗ്രാമത്തി ന്റെ സൗന്ദര്യവും അവർ അനുസരിച്ചു കൊണ്ടേയിരുന്നു.

ആമിയുടെ പ്രിയപ്പെട്ട നാട്ടിൽ ഞാൻ അൽപസമയം മാത്രമാണ് ചിലവഴിച്ചത്. അപ്പോഴേക്ക് ആ ഗ്രാമത്തിന് അപരിചിതയായ എന്നെ ഏകാന്ത ബോധം പിടികൂടിക്കഴിഞ്ഞിരുന്നു. എന്റെ ഉള്ളിലെ ശൂന്യതാ ബോധത്തെ മാറ്റി നിർത്തുവാൻ കഴിയുന്നതും ഞാൻ ശ്ര മിച്ചുകൊണ്ടിരുന്നു. പെട്ടെന്ന് ആകാശം മേഘാവൃതമായി മെല്ലെ മഴ പെയ്യാൻ തുടങ്ങി.

പുന്നയൂർക്കുളത്ത് നിന്ന് യാത്ര തിരിക്കുമ്പോൾ പിന്നിൽ നിന്ന് എന്നെ ആരോ വിളിച്ചതായി എനിക്ക് തോന്നി. കാറിന്റെ പിൻഗ്ലാ സിലൂടെ ഒരിക്കൽക്കൂടി ഞാനാഗ്രാമത്തിലേക്ക് തിരിഞ്ഞുനോക്കി. മഴത്തുള്ളികൾ ഗ്ലാസിനപ്പുറത്തെ കാഴ്ചകളെ അവ്യക്തമാക്കിക്കൊണ്ടി രുന്നുവെങ്കിലും നീർമാതള മരത്തിന്റെ വെളുത്ത പൂക്കളും തളിർത്ത ഇലകളും കാറ്റിൽ ഉലയുന്നത് ഞാൻ കണ്ടു. ആ ഗ്രാമത്തിലെ തണുത്ത കാറ്റിന്റെ നിശ്വാസം ഞാൻ കാതോർത്തു. തീർച്ചയായും ആമിയുടെ ആത്മാവ് ഈ ഗ്രാമവുമായി ബന്ധപ്പെട്ടു കിടക്കുന്നുണ്ട്. അത്ര കണ്ട് ആമി തന്റെ ജന്മഗ്രാമത്തെയും നിഷ്കളങ്കരായ ഗ്രാമീ ണരേയും സ്നേഹിച്ചിരുന്നു.

> "വേലിയരികിൽ പൂക്കൾ പറിക്കുന്ന ഓരോ പെൺകു ട്ടിയുടെയും കൈകളിൽ എന്റെ ബാല്യമുണ്ടെന്ന് ഞാൻ വിശ്വസിക്കുന്നു. ഒരു സുഖമുള്ള വിചാരമാണത്."

മടക്കയാത്രയിലുടനീളം മലയാളത്തെ ഉയർന്ന ലോകങ്ങളിലെ ത്തിച്ച ആമിയുടെ സുഖമുള്ള വിചാരങ്ങളിൽ ഞാൻ ലയിച്ചിരുന്നു.

ആമിയുടേയും എന്റേയും ബാല്യജീവിതം എവിടെയൊക്കെയോ സമാനതകളുള്ളതായി എനിക്കനുഭവപ്പെട്ടു. അതുകൊണ്ടായിരി ക്കണം ആമിയുടെ ഓർമ്മകൾ ഞാനെന്റെ ആത്മാവിൽ കൊണ്ടു നടക്കുന്നത്.. അവരുടെ ബാല്യകാല സ്മരണകളുറങ്ങുന്ന ദേശം തേടി അലയുന്നത്.

> "രക്ഷകർ ഒരിക്കൽ മരിച്ചു പോകുമെന്നോ പഴയ വീടുകൾ തകരുമെന്നോ ഞാൻ അന്ന് വിശ്വസിക്കുമാ യിരുന്നില്ല. നശിക്കാത്ത ഏക ധനം ദൈവമാണെന്നും അന്ന് ഞാൻ അറിഞ്ഞിരുന്നില്ല."
>
> (ബുധനിലാവ്)

www.ingramcontent.com/pod-product-compliance
Lightning Source LLC
Chambersburg PA
CBHW050024170726
48282CB00025B/538
9789390404360